ज्ञान विज्ञान गीता

लीला-गीतेचा अद्भुत संगम आणि प्रारंभ

ज्ञान-विज्ञान गीता
लीला-गीतेचा अद्भुत संगम आणि प्रारंभ

Dnyan-Vidnyan Gita
Leela-Gitecha Adbhut Sangam Aani Prarambh

By **Sirshree** Tejparkhi

प्रकाशक : वॉव पब्लिशिंग्ज् प्रा. लि., पुणे

ISBN : 9789387696525

प्रथम आवृत्ती : डिसेंबर २०१८

© Tejgyan Global Foundation

All Rights Reserved 2018.
Tejgyan Global Foundation is a charitable organization having its headquarters in Pune, India.

सर्वाधिकार सुरक्षित

'वॉव पब्लिशिंग्ज् प्रा. लि.'द्वारे प्रकाशित हे पुस्तक अशा अटीवर विकण्यात येत आहे, की प्रकाशकाच्या लेखी पूर्वअनुमतीविना ते व्यापाराच्या दृष्टीने अथवा अन्य प्रकारे उसने, भाड्याने अथवा विकत, अन्य कोणत्याही प्रकारच्या बांधणीत अथवा अन्य मुखपृष्ठासह देता येणार नाही; तसेच अशाच प्रकारच्या अटी नंतरच्या ग्राहकावर बंधनकारक न करता आणि वर उल्लेखिलेल्या कॉपीराइटपुरत्या मर्यादित न ठेवता या पुस्तकाच्या कोणत्याही स्वरूपाच्या विनिमयास, तसेच कॉपीराइटधारक व वर उल्लेखिलेले प्रकाशक दोघांच्याही लेखी पूर्वअनुमतीविना इलेक्ट्रॉनिक, मेकॅनिकल, फोटोकॉपी, रेकॉर्डिंग इत्यादी प्रकारे या पुस्तकाचा कोणताही अंश पुनःप्रस्तुत करण्यास, जवळ बाळगण्यास अथवा सुधारित स्वरूपात प्रस्तुत करण्यास मनाई आहे.

'ली गीता ला' या मूळ हिंदी पुस्तकाचा मराठी अनुवाद

प्रस्तुत पुस्तक समर्पित आहे,
संभ्रमित परंतु सत्त्वगुणी,
सदाचारी लोकांना, जे अर्जुनाप्रमाणे
निर्णय घेताना विचलित होतात.

शंखनाद

महाभारत, महावरात कशी बनेल
प्रत्येकाची गीता वेगळी

गीता, ईश्वरीय लीला आहे. लीलेच्या मध्यभागी गायलेलं गीत आहे. 'ली' आणि 'ला'चं (ली-ला) संगम स्थान आहे. गीता जीवन जगण्याची समज आहे, जी आपल्याच हातात आहे. गीताज्ञानात दोन मुख्य पात्रं आहेत - एक वक्ता आणि दुसरा श्रोता. वक्ता आहेत श्रीकृष्ण (तेजस्थान*, हृदयस्थान) आणि श्रोता आहे अर्जुन म्हणजे साधक!

महाभारताच्या युद्धक्षेत्रात अर्जुन द्विधावस्थेत, संभ्रमावस्थेत अडकलेला आहे. तेथे त्याला नेमकं लक्षात येत नाहीए, की नक्की करावं तरी काय? एकीकडे कर्तव्य, तर दुसऱ्या बाजूला पलायन... दोन्हींची सांगड घालावी तरी कशी? अशा कठीण प्रसंगी संशयग्रस्त अर्जुनाला त्याचा मित्र आणि सारथी श्रीकृष्ण योग्य मार्ग दाखवतात. अर्जुनाने आपली मनःस्थिती आणि जिज्ञासा श्रीकृष्णासमोर व्यक्त

---

*जसं, आत या शब्दाचा विरुद्ध अर्थ आहे, बाहेर. तसंच तेजस्थान या शब्दाचा कुठलाही विरुद्ध अर्थ नाही. हे आत-बाहेरच्या पलीकडचं स्थान आहे. याला हृदयस्थान असंही संबोधलं जातं. परंतु हे हृदय म्हणजे शरीरात असलेला अवयव नव्हे.

केली. त्यानंतर श्रीकृष्णाने त्याच्या आवश्यकतेनुसार त्याला समज प्रदान केली, तिचं आकलन करून त्याने ती आचरणातही आणली. जेणेकरून अर्जुन विजयी तर झालाच, शिवाय मानवी जीवनाचं जे अमूल्य ध्येय, स्वबोध हेही त्याने जाणलं, प्राप्त केलं.

याचा अर्थ गीता केवळ अर्जुनालाच सांगितली होती का? नाही, ही तर जगातील प्रत्येक मनुष्यासाठी आहे, जो द्विधा मनःस्थितीत आहे. प्रत्येकाच्या दैनंदिन आयुष्यात असे क्षण येतच असतात, जेव्हा तो संभ्रमावस्थेत असतो. मग परिस्थिती कितीही बिकट असो, असंमजसपणा तर एकसारखाच असतो. त्यात कुठलाही फरक पडत नाही. त्यासाठी पहिला मार्ग असतो, 'काय करावं' आणि दुसरा, 'काय करू नये'. कुठल्याही फळात आपण केव्हा अडकतो, योग्यवेळी योग्य मार्ग कसा निवडावा, याचं आकलन गीतेत आपल्याला होतं.

मात्र सर्वांसाठीच एकसमान समज योग्य आहे का? तर, निश्चितच नाही! जगात वेगवेगळ्या प्रवृत्तीचे लोक असतात, त्यांची विचारधारा, व्यवहार यांनुसार त्यांना भिन्न-भिन्न समज प्रदान केली जाऊ शकते. जसं, एखाद्या विलासी मनुष्याला कर्म करण्याची, तर जास्त धावपळ करणाऱ्या मनुष्याला थोडा आराम करण्याची समज असायला हवी, त्याला त्याचं महत्त्व पटायला हवं. याचाच अर्थ, साधकाची जशी गरज असते, तशी त्याची गीता असायला हवी, तरच त्याचा संपूर्ण विकास होऊ शकेल.

अर्जुन मोहपाशात अडकून कर्महीन बनत होता. म्हणून श्रीकृष्णाने त्याला त्याच्या स्वभावानुसार अनासक्त कर्मयोगाचं (यज्ञाचं) ज्ञान प्रदान केलं. समजा, श्रीकृष्ण दुर्योधनाचे सारथी असते आणि त्यावेळी त्यांनी त्याला गीता सांगितली असती, तर ती गीता आज जी गीता आहे, तशीच असती का? नाही, कारण ती गीता दुर्योधनाच्या आवश्यकतेनुसार सांगितली गेली असती आणि निश्चितच ती अर्जुनाच्या गीतेहून विभिन्न असती. ही गोष्ट आपण एका रूपकाद्वारे समजूया.

एक डॉक्टर आहे, जो वैद्यकशास्त्रात पारंगत आहे. त्याला कुठल्याही दुर्धर आजारावर कोणतं औषध द्यायचं हे चांगल्याप्रकारे ज्ञात आहे. पण मग तो प्रत्येक रुग्णाला तीच औषधं देईल का? नाही. कारण तो आधी त्या रुग्णाची काय गरज आहे हे बघेल आणि नंतरच त्याच्या आवश्यकतेनुसार औषध देईल,

जेणेकरून त्या रुग्णाच्या व्याधी दूर व्हाव्यात. अगदी याचप्रमाणे गुरूदेखील एका डॉक्टराप्रमाणेच आहेत. ते साधकाच्या गरजेनुसार त्याला गीता सांगतात. ज्यायोगे त्याचा विकास आणि तेजविकासच व्हावा.

कल्पना करा अशा महाभारताची, ज्यात कृष्ण दुर्योधनाचा सारथी आहे. ज्यावेळी दोन्ही सेना समोरासमोर उभ्या ठाकल्या आहेत, त्यावेळी काय घडेल? सगळीच परिस्थिती बदलून जाईल ना? मात्र, सवयीनुसार दुर्योधन म्हणेल, ''युद्ध करण्याची माझी उत्सुकता शिगेला पोहोचली आहे. पांडवांना मारण्यासाठी माझा हात शिवशिवत आहे, गदा व्याकूळ झाली आहे.'' हे ऐकताच श्रीकृष्ण त्याला काही क्षणांसाठी रोखून म्हणाले असते, ''तुला जर युद्ध जिंकायचं असेल, तर दोन्ही सेनेच्या मध्यभागी चल.'' खरंतर गीतेमध्ये अर्जुन श्रीकृष्णाला म्हणाला होता, ''मला दोन्ही सेनेच्या मध्यभागी घेऊन चला.'' परंतु येथे श्रीकृष्ण दुर्योधनाला म्हणाले असते, ''युद्ध जिंकण्यासाठी तुला मैदानावर जावं लागेल, म्हणजे 'मी'चं दान करावं लागेल.'' याचाच अर्थ, तुझ्यातील नकली 'मी'चं दान करून अहंकाराचा नाश करावा लागेल.

वरील घटनेचं तात्पर्य असं आहे, 'आयुष्यात जेव्हा कधी एखादी समस्या (युद्ध) येईल, तेव्हा अहंकारी दुर्योधनाप्रमाणे कुठलीही घाईगडबड करता कामा नये. शिवाय, अर्जुनाप्रमाणे भयभीत होऊन पलायनही करू नये.' सर्वप्रथम कृष्णासह म्हणजे सत्य, विवेकासह जाणीवपूर्वक अंतर्बाह्य मनन करायला हवं. समस्येचा प्रत्येक पैलू उलगडून बघायला हवा. यासाठीच तर श्रीकृष्ण (गुरू) दुर्योधनाला (साधकाला) दोन्ही वादग्रस्त लोकांमध्ये जाऊन वास्तव बघायला सांगत आहेत.

दुर्योधन जेव्हा मध्यभागी जाऊन सगळ्या योद्ध्यांकडे बघेल, तेव्हा श्रीकृष्ण दुर्योधनाला त्याची गीता सांगायला सुरुवात करतील. ''हे गांधारीनंदन, तुला वाटत असेल, की तुला सर्व गोष्टी समजत आहेत. परंतु अद्याप अशा काही बाबी आहेत, ज्या तुला समजून घ्यायच्या आहेत, ज्यांच्यापासून तू अनभिज्ञ आहेस. तू नेहमीच तुझ्या गदेशी म्हणजे शरीराशी आसक्त होतोस. शिवाय, हीच चूक तुझ्याकडून वारंवार होतेय. तू गदेशी सतत आसक्त होत असल्याने पुनःपुन्हा दुःखी होत आहेस. ही चूक जर तू सुधारलीस तर या युद्धात विजय नक्कीच तुझा आहे.'' यावर दुर्योधन म्हणाला असता, ''हे केशवा, गदेसोबत आसक्त होणं

म्हणजे नक्की काय? कृपया ही गोष्ट मला सविस्तर सांगा.''

यावर श्रीकृष्ण त्याला गदेशी आसक्त होण्याविषयी समजून सांगतात. गदेने योग्य प्रहार झाला नाही, तर समोर असलेला भीम जिंकू शकतो आणि दुर्योधन तर भीमासोबत युद्ध करताना कधी हरण्याची इच्छा करणार नाही, हे श्रीकृष्णाला चांगलंच ठाऊक होतं. म्हणून यावेळी श्रीकृष्ण दुर्योधनाला थोडं मनन करायला भाग पाडतील. 'मी शरीर आहे,' हे त्याचं अज्ञान नष्ट करतील.

त्याचप्रमाणे दुर्योधनात असलेली ईर्ष्या नष्ट करण्यासाठी श्रीकृष्ण त्याला सर्वप्रथम ईर्ष्यायोग शिकवतील. प्रत्येक अध्यायात दुर्योधन प्रश्न विचारेल, ''ईर्ष्या केली तर काय नुकसान होतं? त्याचे तर असंख्य लाभ आहेत.'' मग श्रीकृष्ण सांगतील, ''ईर्ष्येने कुणाचंही नुकसान होता कामा नये, त्याद्वारे तुला केवळ प्रेरणा घ्यायची आहे.'' अशा प्रकारे प्रत्येक योगाबरोबर दुर्योधनाला काही गोष्टी सांगितल्या जातील, मार्गदर्शन दिलं जाईल. मग दुर्योधनही मध्यभागी राहून सर्व गोष्टी, सगळे अध्याय शांतपणे ऐकून घेईल.

अर्जुनाच्या गीतेत तर ईर्ष्यायोग नव्हता; परंतु दुर्योधनाच्या गीतेत मात्र ईर्ष्यायोग आणि अहिंसायोगाचा समावेश करावा लागेल. कारण ती त्याची आवश्यकता होती. येथे त्याला श्रीकृष्णाद्वारे महावीरतेचा अहिंसापाठही वेगळ्या प्रकारे शिकवला जाईल. दुर्योधनाच्या गीतेत स्वीकारयोग, समर्पणयोग, मृत्यू उपरांत जीवनयोग, श्रवणयोग, सेवायोग, तेजप्रेमयोग, हास्ययोग, विचारायामयोग, मौनायामयोग आणि शेवटी 'कोहमयोग' म्हणजे 'मी कोण आहे?'

अशा प्रकारे दुर्योधनाच्या गीतेत अध्याय बदलतील, त्याचं नियोजन बदलेल आणि विषयदेखील बदलतील.

अठरा अध्याय संपल्यानंतर, दुर्योधनाच्या गीतेचा अंत कसा असेल? अर्जुनाच्या गीतेत तर शेवटी त्याने धनुष्य उचललं होतं; पण या गीतेत दुर्योधन आपली गदा खाली ठेवेल. तो घोषणा करेल, ''आम्ही हे राज्य पांडवांना सुपूर्द केलंय. आता कुठल्याही युद्धाची आवश्यकता नाही.''

आता जरा विचारा करा, अशा युद्धातून परतल्यावर महावरात कशी निघेल? सर्वजण घरी काय सांगतील, काय समाचार देतील? संजय धृतराष्ट्राला काय सांगेल? सगळं काही बदलून जाईल. थोड्या वेळेपूर्वी ज्या काही गोष्टी खटकत

होत्या, ज्यामुळे महासंग्राम घडणार होता, तो टळेल. आता दुर्योधन अहिंसेचा पाठ शिकून, ईर्ष्यायोग जाणून, स्वीकारभावाचं महत्त्व समजून स्वतःहून पांडवांना राज्य परत सोपवण्याचा निर्णय घेईल. मग पांडवही प्रसन्न होतील आणि दुर्योधनालाच राजा बनण्यासाठी आग्रह करतील.

आधी दुर्योधनाला राजा बनायचं होतं, परंतु त्याला कोणी राजा बनू देत नव्हतं. मात्र, आता सर्व परिस्थिती बदलेल. दुर्योधनाचा अहंकार विलीन झाल्याने त्याची समज प्रगल्भ झालेली असेल, त्याच्या चेतनेचा स्तर उंचावलेला असेल.

जेव्हा दुर्योधनाची गीता तयार होईल, तेव्हा त्याचं नाव 'सुयोधन' असं होईल. आता सुयोधननेच राजा बनावं अशी सर्वांची इच्छा असेल. मग सर्वत्र दुःशासन नव्हे, तर सुशासन, चांगलं शासन येईल. त्यानंतर धृतराष्ट्र नव्हे, तर महाराष्ट्र म्हणजे महान राष्ट्र राहील.

मात्र हे परिवर्तन सुयोधनामुळे शक्य होईल. तो सर्वांना कर्म समर्पणाची, समज देईल अन् त्यांचं मतपरिवर्तन करेल. शकुनीमध्येही बदल घडवून त्याला शंकारहित करेल. जरासंधाचा सत्यसंघ बनवेल. अश्वत्थामामध्ये आस्था आणि विश्वास जागृत करेल. शिशुपाल हृदयपाल होईल. आधी तो नेहमी बुद्धीत राहत असे, मात्र आता तो हृदयावर, तेजस्थानावर राहू लागेल. अशा प्रकारे संपूर्ण गीता आणि त्यातील पात्रांचं परिवर्तन होईल.

त्यानंतर एका अनोख्या राज्याची स्थापना होईल. त्यात 'उच्चतम विकसित समाजाची' निर्मिती होईल. जेथे प्रत्येकाची समज प्रगल्भ असेल. तेथे दुर्योधन, शकुनी, धृतराष्ट्र आणि दुःशासन यांसारखं कोणतंही पात्र नसेल.

येथे दुर्योधनाचं पात्र केवळ समजण्यासाठी घेतलं आहे. दुर्योधनाच्या या काल्पनिक कहाणीद्वारे, **'युद्धाच्या'** (जीवनाच्या) मैदानात (जिथे **'मी'** दान केलं आहे.) आपले प्रश्न कसे असतील? आपली गीता कशी असेल? निश्चितच आपली गीता अर्जुनापेक्षा वेगळी असेल. कारण आपले प्रश्न अर्जुनापेक्षा नक्कीच भिन्न असतील.

तसंही तुमची गीता तुमच्यापर्यंत पोहोचवायला श्रीकृष्ण तर सदैव तत्परच आहेत. बस्स... केवळ त्यांना प्रतीक्षा आहे तुम्ही अर्जुन बनण्याची! वास्तविक ज्ञानाचा मूळ स्रोत तर एकच आहे आणि तो म्हणजे परमचैतन्य, ईश्वर, सेल्फ,

कृष्ण. हाच स्रोत विविध माध्यमांद्वारे जे ज्ञानपिपासू साधक आहेत, त्यांच्यापर्यंत सर्वोच्च ज्ञान पोहचवतं. संत वाल्मीकींना नारदमुनींद्वारे, नचिकेताला यमराजाकडून, श्रीरामांना गुरू वशिष्ठाद्वारे आणि राजा जनकाला अष्टावक्राकडून महागीता मिळाली तर अर्जुनाला श्रीकृष्णाद्वारे त्याची गीता समजली. श्रीकृष्ण, ज्ञान-विज्ञान समजून सांगण्यासाठी गीता अध्याय ७- श्लोक २ मध्ये सांगतात,

ज्ञानं तेऽहं सविज्ञानमिदं वक्ष्याम्यशेषतः।
यज्ज्ञात्वा नेह भूयोऽन्यज्ज्ञातव्यमवशिष्यते ।।२।।

मी तुला हे विज्ञानसहित तत्त्वज्ञान संपूर्णपणे सांगेन, जे जाणून या जगात अन्य जाणण्यायोग्य काहीच शिल्लक राहणार नाही.।।२।।

कारण अर्जुनामध्ये हे तिन्ही गुण असल्याने श्रीकृष्ण आपलं ज्ञान (तत्त्वज्ञान) आणि मायेचं ज्ञान (विज्ञान) त्याला सांगत आहेत. ते म्हणतात, 'हे ज्ञान-विज्ञान, जाणल्यानंतर जगात इतर काही जाणणंच शिल्लक राहत नाही. कारण हे सर्वोच्च ज्ञान आहे. हे जाणल्यानंतर मनुष्याला ईश्वर आणि त्याच्या निर्मितीविषयी कोणतेही प्रश्न, कोणतीही शंका राहत नाही.'

मात्र आजचा अर्जुन तर आपणच आहात. गीतेवर मनन करून तुम्हालाही तुमची गीता शोधण्याचं कर्म करायचं आहे.

जीवनाच्या मूळ रहस्याशी गीता आपल्याला परिचित करते. ते जाणून आणखी काही जाणणं बाकी राहत नाही. जसं, आपण कोण आहोत? पृथ्वीवर का आलोय? आपल्या जीवनाचा उद्देश काय आहे? ईश्वर कोण आहे? त्याचं स्वरूप कसं आहे? कर्म-भाग्य काय आहेत? कर्म करत असताना मुक्ती कशी मिळेल? मोक्ष म्हणजे काय? संसारात राहून मोक्ष मिळू शकतो का?

गीतेच्या या पहिल्या ग्रंथात, सहज-सुलभ भाषेत, अशी महान रहस्यं समजावण्याचा प्रिय प्रयास केला गेला आहे. ती जाणून आपण आपल्या जीवनरूपी कुरुक्षेत्रात प्रत्येक वृत्तीरूपी असुरास नष्ट करा. तसंच, अर्जुनाप्रमाणे विजय मिळवून आनंदरूपी परमज्ञानाचा झराही आपल्याला प्राप्त व्हावा, या शुभेच्छांसह हा गीता ग्रंथ आपल्या सेवेत उपलब्ध होत आहे.

...सरश्री

॥ अध्याय १ ॥
अर्जुनविषादयोग
द्विधा मनःस्थितीचं दर्शन

॥ अध्याय १ - सूची ॥

श्लोक	विषय	पृष्ठ
१-१९	युद्ध प्रारंभ..	१३
२०-३५	रोगी मन योगी बनलं................................	२५
३६-४७	युद्ध टाळण्यासाठी अर्जुनाचे तर्क...............	३१

भाग १

युद्ध प्रारंभ

॥ १-१९ ॥

प्रारंभ : प्रस्तुत अध्याय हा गीतेचा पहिला अध्याय असून, या अध्यायाच्या नावातच याचं सार दडलेलं आहे. अर्जुनाने जेव्हा पाहिलं, की ज्या शत्रुपक्षाशी त्याला अटीतटीचं युद्ध करायचं आहे, ते सर्व त्याचेच सगेसोयरे, गुरू, वडीलधारी मंडळी, भाऊबंद आहेत, तेव्हा तो कमकुवत होत गेला. त्याचं मन आपल्याच नातेवाइकांवर प्रहार करायला, त्यांना मारायला धजत नव्हतं. तो मोहाधीन होऊन दुःखी झाला आणि आपलं कर्तव्य विसरून गेला. त्याचं अंतःकरण विषादाने, दुःखाने भरून गेलं, म्हणूनच या अध्यायाचं नाव 'अर्जुनविषादयोग' आहे. प्रस्तुत अध्यायातील श्लोकांमध्ये महाभारताचं युद्ध सुरू होण्याच्या स्थितीचं आणि अर्जुनाच्या शोकाकुल मनःस्थितीचं वर्णन आहे.

अध्याय १

धृतराष्ट्र उवाच

धर्मक्षेत्रे कुरुक्षेत्रे समवेता युयुत्सवः । मामकाः पाण्डवाश्चैव किमकुर्वत संजय ।।१ ।।

संजय उवाच

दृष्टवा तु पाण्डवानीकं व्यूढं दुर्योधनस्तदा । आचार्यमुपसंगम्य राजा वचनमब्रवीत् ।।२ ।।

पश्यैतां पाण्डुपुत्राणामाचार्य महतीं चमूम् । व्यूढां द्रुपदपुत्रेण तव शिष्येण धीमता ।।३ ।।

अत्र शूरा महेष्वासा भीमार्जुनसमा युधि । युयुधानो विराटश्च द्रुपदश्च महारथः ।।४ ।।

धृष्टकेतुश्चेकितानः काशिराजश्च वीर्यवान् । पुरुजित्कुन्तिभोजश्च शैब्यश्च नरपुङ्गवः ।।५ ।।

युधामन्युश्च विक्रान्त उत्तमौजाश्च वीर्यवान् । सौभद्रो द्रौपदेयाश्च सर्व एव महारथाः।।६ ।।

अध्याय १

अस्माकं तु विशिष्टा ये तान्निबोध द्विजोत्तम । नायका मम सैन्यस्य सञ्ज्ञार्थं तान्ब्रवीमि ते।।७ ।।

भवान्भीष्मश्च कर्णश्च कृपश्च समितिञ्जयः । अश्वत्थामा विकर्णश्च सौमदत्तिस्तथैव च ।।८ ।।

अन्ये च बहवः शूरा मदर्थे त्यक्तजीविताः । नानाशस्त्रप्रहरणाः सर्वे युद्धविशारदाः।।९ ।।

अपर्याप्तं तदस्माकं बलं भीष्माभिरक्षितम् । पर्याप्तं त्विदमेतेषां बलं भीमाभिरक्षितम् ।।१० ।।

अयनेषु च सर्वेषु यथाभागमवस्थिताः । भीष्ममेवाभिरक्षन्तु भवन्तः सर्व एव हि।।११ ।।

तस्य सञ्जनयन् हर्षं कुरुवृद्धः पितामहः। सिंहनादं विनद्योच्चैः शंख दध्मौ प्रतापवान् ।।१२ ।।

ततः शंखाश्च भेर्यश्च पणवानकगोमुखाः । सहसैवाभ्यहन्यन्त स शब्दस्तुमुलोऽभवत् ।।१३ ।।

अध्याय १

ततः श्वेतैर्हयैर्युक्ते महति स्यन्दने स्थितौ । माधवः पाण्डवश्चैव दिव्यौ शंखौ प्रदध्मतुः।।१४।।

पाञ्चजन्यं हृषीकेशो देवदत्तं धनञ्जयः । पौण्ड्रं दध्मौ महाशंख भीमकर्मा वृकोदरः ।।१५।।

अनन्तविजयं राजा कुन्तीपुत्रो युधिष्ठिरः। नकुलः सहदेवश्च सुघोषमणिपुष्पकौ।।१६।।

काश्यश्च परमेष्वासः शिखण्डी च महारथः । धृष्टद्युम्नो विराटश्च सात्यकिश्चापराजितः ।।१७।।

द्रुपदो द्रौपदेयाश्च सर्वशः पृथिवीपते । सौभद्रश्च महाबाहुः शंखान्दध्मुः पृथक्पृथक् ।।१८।।

स घोषो धार्तराष्ट्राणां हृदयानि व्यदारयत्। नभश्च पृथिवीं चैव तुमुलो व्यनुनादयन् ।।१९।।

१

श्लोक अनुवाद : धृतराष्ट्र म्हणाले, ''हे संजय! धर्मक्षेत्र असलेल्या कुरुक्षेत्रात एकत्रित झालेल्या व युद्धाची इच्छा बाळगणाऱ्या माझ्या आणि पांडुपुत्रांनी काय केलं?''॥१॥

गीतार्थ : हा श्लोक म्हणजे गीतेचा पहिला श्लोक आणि प्रथम प्रश्न आहे. हा प्रश्न अशा मनुष्याद्वारे विचारला गेला, जो मनाने तर अंध होताच, शिवाय शरीरानेही अंध होता. शरीराने अंध असलेल्या व्यक्तींकडे अत्युच्च प्रश्न विचारण्याची योग्यता असते. परंतु, मनाने अंध असलेले लोक मात्र केवळ अहंकारवश प्रश्न विचारतात. कौरवांचे पिता धृतराष्ट्र हे शरीर आणि मनानेही अंध होते. कुरुक्षेत्रात आरंभ होणाऱ्या महाभारतातील युद्धाचा संपूर्ण वृत्तांत जाणण्यास ते अतिशय अधीर झाले होते. त्यांची ही इच्छा संजय नावाच्या सेवकाने पूर्ण केली. संजय त्यांचे सारथी, तसेच सहयोगीदेखील होते. युद्धापूर्वी त्यांना दिव्यदृष्टी दिली गेली होती. म्हणजेच, ते जगातील प्रत्येक घटना पाहण्यास आणि ऐकण्यास सक्षम होते. त्यामुळे संजयने धृतराष्ट्राला महाभारत युद्धाचा संपूर्ण वृत्तांत (लाइव्ह कमेंट्री) कथन केला.

'धर्मभूमी असलेल्या कुरुक्षेत्रात एकत्रित झालेल्या, युद्धाची इच्छा बाळगणाऱ्या **माझ्या** आणि पांडुपुत्रांनी काय केलं?' धृतराष्ट्राद्वारे विचारलेल्या या प्रश्नात सर्वोच्च आध्यात्मिक ज्ञान दडलेलं आहे.

चला तर, या प्रश्नाची सखोलता जाणून घेऊ या.

धृतराष्ट्राच्या या प्रश्नात त्याची समज-असमंजसता, त्याचे विचार आणि विचाररूपी जग प्रकट होतं. **'माझे'** पुत्र असं म्हणून त्यांनी त्यांच्या मनाच्या अंधत्वाचं प्रमाण दिलं. खरंतर **'माझे'** हा शब्दच अज्ञानाचं मूळ आहे आणि हाच शब्द महाभारताच्या युद्धाचं कारण बनलं.

येथे धर्मभूमी कुरुक्षेत्राचा अर्थ आहे, असं क्षेत्र जेथे धर्माची हानी झाली नाही, जेथे 'मी'चं दान झालंय, संपूर्ण समर्पण झालंय. जसं, पाळण्यात असलेल्या लहान

बालकाचं शरीर म्हणजे जणू धर्मक्षेत्राचंच प्रतीक आहे. तेथे तुझं-माझं या भावनेचा लवलेशही नसतो. त्यावेळी त्या शरीरात केवळ ईश्वरच अभिव्यक्त होत असतो. तेव्हा अधून-मधून डोकावणारं तुलनात्मक मनरूपी शकुनीचं अस्तित्वही नसतं. मग हळूहळू मूल मोठं होऊन तारुण्यात पदार्पण करतं, त्यावेळी खरंतर केवळ शरीरच मोठं होतं. वास्तवात धर्मक्षेत्र विस्तारायला हवं; पण असं होत नाही. कारण नेमकं याचवेळी जुगार खेळला जातो, शकुनी येतो, ज्ञानी युधिष्ठिराचं अंधज्ञान प्रकटतं. अशा प्रकारे हे धर्मक्षेत्र आता युद्धक्षेत्र बनतं. याचाच अर्थ, मूल मोठं होताच त्याचं मन दूषित होऊ लागतं. त्याच्यात तुझं-माझं, स्वार्थ, द्वेष, मनोरंजन, माझंच खरं असे भाव निर्माण होतात. परिणामी मुलाच्या शरीरात ईश्वराची अभिव्यक्ती, जी कुठल्याही बाधेशिवाय होत होती, ती आता तुलनात्मक मनाद्वारे झाकोळली जाते.

येथे जुगार म्हणजे असंख्य आकर्षणांचं प्रतीक आहे. शकुनी म्हणजे शंकेखोर मनाचं प्रतीक असून, ज्ञानी युधिष्ठिर म्हणजे ज्ञानाच्या अहंकाराचं प्रतीक होय. या तरुण धर्मक्षेत्रात सगळ्यांच्या मनात विचाररूपी युद्ध सुरू असतं. मात्र अशात जर शकुनी, धृतराष्ट्र किंवा ज्ञानी युधिष्ठिर यांचा विजय झाला, तर ते क्षेत्र, तेथील जमीन रूक्ष, वाळवंटाप्रमाणे झालीच म्हणून समजा. याशिवाय तेथे जर कृष्ण, परमचैतन्याचा विजय झाला, तर धर्मक्षेत्र कायमस्वरूपी स्थापित झालं असं समजायला हवं. जमीन रूक्ष झाली म्हणजे ती आता पिकांसाठी अनुकूल, उपयुक्त राहिली नाही. त्यामुळे कुणाचं कल्याण-मंगल होण्याची शक्यताही नाही. कौरवांची स्थिती हीदेखील अशीच काहीशी झाली होती.

या धर्मक्षेत्रात म्हणजे मनुष्यदेहात 'तुझं-माझं' ही भावना उपजते, तेव्हा खरंतर मनात महाभारत युद्धाचीच सुरुवात होते. धृतराष्ट्राने जेव्हा 'माझी मुलं' असा शब्दप्रयोग केला, तेव्हा त्यांचा अंत कसा झाला, हे आपण सर्व

अध्याय १ : १

जाणतोच. जेव्हा 'माझा' हा भाव प्रबळ होतो, तेव्हा 'मीच सर्वश्रेष्ठ... मीच योग्य... समोरचा चुकीचा... माझ्या चुका मात्र माफ...' हेच सिद्ध करायला मनुष्याची धडपड चाललेली असते.

येथे आपण 'माझं' असं कुणाला समजत आहात? ज्याला आपण माझं असं संबोधत आहोत, त्याला भाव, विचार, वाणी आणि क्रियेने तुमचं समजत आहात, की स्वतःचा स्वार्थ साधण्यासाठी केवळ वरवर तसं दाखवत आहात? मनुष्य आपलं कार्य साध्य करण्यासाठी कधी बॉसला, तर कधी शेजाऱ्याला आपला सर्वोत्तम मित्र समजतो. परंतु मनातल्या मनात मात्र त्यांना शिव्यांची लाखोली वाहतो. असुरक्षिततेच्या भयापोटी मनुष्य गाढवाचेही पाय धरतो.

असं द्विधा जीवन आपल्याला हवंय, की अंतर्बाह्य एक व्हायचंय? प्रत्यक्षात **माझं** कोण आहे, असं स्वतःलाच विचारा. कुणी आपलं काम करो अथवा न करो; पण वास्तविक माझं कोण आहे, हे आपण जाणता. त्याच्याकडूनच अपेक्षा करायची आहे. मग खऱ्या अर्थाने आपलं जीवन यज्ञाच्या दिशेने अग्रेसर होईल. अन्यथा आपण सतत पक्ष बदलत राहाल. कधी हा माझा... तर कधी तो... जर एखाद्या अयोग्य गोष्टीला 'माझं' सम जलं, तर जीवनाच्या अंतापर्यंत दुःखाशिवाय काहीच मिळणार नाही. जगात बहुतांश लोक अशाच नात्यांत अडकून पडले आहेत. ते आयुष्यभर दुःखी राहतील; पण ही चूक सुधारायला हवी, हे त्यांच्या कधीच लक्षात येत नाही. काही काळ त्रास होईल, शरीरात अयोग्य भावना निर्माण होतील; पण त्या सहन करायच्या आहेत. याच युद्धात विजय मिळवायचा आहे आणि हाच मुक्तीचा मार्ग आहे.

जीजस, मीरा, गुरुनानक अशा संतांनी केवळ एकालाच 'माझं' असं म्हटलं आणि तेही कुणाला? तर त्या परमचैतन्याला! ज्याला गॉड, गोपाळ वा

वाहेगुरू असंही संबोधलं जातं. जीजस म्हणाले, ''गॉड इज **माय** शेफर्ड.'' मीरा म्हणाली, ''मेरे तो गिरिधर गोपाल...'' मीरेला सर्वांमध्ये कृष्णच दिसत होता, तिने केवळ ईश्वरासोबतच व्यवहार केला. याचाच अर्थ, इतर सर्वांची उपेक्षा करा असा मीरेच्या म्हणण्याचा अर्थ नव्हता. तथापि सगळ्यांच्या अंतर्यामी स्थित परमचेतनेशी, गिरिधर गोपाळाशी संपर्क ठेवा.

कुणी आपलं काम करो अथवा न करो, त्याच्याकडून कुठलीही अपेक्षा न ठेवता त्याच्यातील स्रोताकडून (ईश्वराकडून) आकांक्षा करा. शिवाय, प्रत्येक मनुष्यात याच अवस्थेचं दर्शन केलं, तर 'तुझं-माझं' राहिलंच कसं? मग हा सगळा खेळ त्याचाच, एकाचाच आहे, हे लक्षात येईल.

यासाठी आपलं धर्मक्षेत्र कधी युद्धक्षेत्रात परिवर्तित झालं? आपण कधी व्यसनाधीन झालो... कधी चुगली करायला शिकलो... मी, मी असा जप कधी करू लागलो... कधी कामनापूर्तीत रस यायला लागला... चांगल्या-वाईट परिस्थितीत मन कधी उत्तेजित होऊ लागलं... अशा प्रकारे विचलित होण्याखेरीज कोणतंच काम आपल्याकडे नव्हतं... हे सगळं कधी सुरू झालं? धर्मक्षेत्र कधी गायब झालं? कधी... कधी...? यावर मनन करा.

वास्तविक या सर्व गोष्टी म्हणजे 'माझं' म्हटल्यानंतरचेच परिणाम आहेत. मात्र, आपण ज्याला 'माझं' म्हणत आहात, ती केवळ एक धारणा आहे आणि याच गैरसमजात दुःख दडलंय. जेव्हा 'तुझं-माझं' सुरू होतं, तेव्हाच धर्माचा नाश होतो, ऱ्हास होतो. तेव्हा हे वास्तव, ही युक्ती समजून घ्या. कारण हे सगळं जग म्हणजे ईश्वराचीच अभिव्यक्ती आहे आणि प्रत्येक मनुष्य आपापली भूमिका उत्तम प्रकारे पार पाडतोय. किंबहुना सर्वांच्या मागे एकच स्रोत कार्यरत आहे. या सत्यासह जगलात, तर निश्चितच आपल्यालाही संजयप्रमाणे दिव्यदृष्टी प्राप्त होईल.

२-३

श्लोक अनुवाद : संजय म्हणाले, त्यावेळी व्यूहरचना केलेलं पांडवांचं सैन्य पाहून राजा दुर्योधन द्रोणाचार्यांजवळ जाऊन म्हणाला ।।२।।

"अहो आचार्य, तुमच्या बुद्धिमान शिष्याने– द्रुपदपुत्र धृष्टद्युम्नाने, व्यूहरचना करून जी पांडुपुत्रांची प्रचंड सेना उभी केली आहे ती पाहा." ।।३।।

गीतार्थ : केवळ प्रेक्षकाची भूमिका साकारत असलेल्या संजयने राजा धृतराष्ट्राला युद्धाच्या मैदानावरील प्रत्यक्ष वर्णन सांगायला सुरुवात केली.

पुढील काही श्लोकांमध्ये दोन्ही पक्षांच्या महारथींच्या स्थितीचं जे वर्णन आहे, ते संजय धृतराष्ट्राला सांगत आहेत.

४-६

श्लोक अनुवाद : या सैन्यात मोठीमोठी धनुष्यं घेतलेले भीम, अर्जुन यांसारखे शूरवीर, सात्यकी, विराट, महारथी द्रुपद ।।४।।

धृष्टकेतू, चेकितान, बलवान काशिराज, पुरुजित, कुंतिभोज, नरश्रेष्ठ शैब्य ।।५।।

पराक्रमी युधामन्यू, शक्तिमान उत्तमौजा, सुभद्रापुत्र अभिमन्यू आणि द्रौपदीचे पाच पुत्र हे सर्वच महारथी आहेत ।।६।।

७-९

श्लोक अनुवाद : हे ब्राह्मणश्रेष्ठ, आपल्यातील जे महत्त्वाचे आहेत, ते जाणून घ्या. आपल्या माहितीसाठी आपल्या सैन्याचे जे जे सेनापती आहेत, ते मी आपल्याला सांगतो ।।७।।

अध्याय १ : १०-१६

आपण स्वतः म्हणजे द्रोणाचार्य, पितामह भीष्म, कर्ण, युद्धात विजयी होणारे कृपाचार्य, अश्वत्थामा, विकर्ण, तसेच सोमदत्ताचा मुलगा भूरिश्रवा।।८।।

आणि इतरही माझ्यासाठी जीवावर उदार झालेले पुष्कळ शूरवीर आहेत. ते सर्वजण निरनिराळ्या शस्त्रास्त्रांनी सुसज्ज असून युद्धात पारंगत आहेत।।९।।

१०-१२

श्लोक अनुवाद : भीष्म पितामहांनी रक्षण केलेलं आपलं हे सैन्य सर्व दृष्टींनी अजिंक्यच आहे; तर भीमाने रक्षण केलेलं त्यांचं सैन्य हे जिंकायलाही सोपं आहे।।१०।।

म्हणून सर्व व्यूहांच्या प्रवेशद्वारात आपापल्या जागेवर राहून आपण सर्वांनीच निःसंदेह भीष्म पितामहांचं सर्व बाजूंनी रक्षण करायला हवं।।११।।

कौरवांतील वृद्ध, महापराक्रमी पितामह भीष्मांनी दुर्योधनाच्या अंतःकरणात आनंद निर्माण करत मोठ्याने सिंहासारखी गर्जना करून शंख वाजवला।।१२।।

१३-१६

श्लोक अनुवाद : त्यानंतर शंख, नगारे, ढोल, मृदंग, शिंगे इत्यादी रणवाद्यं एकदम वाजू लागली, त्यांचा प्रचंड आवाज झाला।।१३।।

यानंतर पांढरे घोडे जोडलेल्या उत्तम रथात बसलेल्या श्रीकृष्णांनी आणि अर्जुनानेही दिव्य शंख वाजवले।।१४।।

श्रीकृष्णांनी पांचजन्य नावाचा, अर्जुनाने देवदत्त नावाचा आणि भयानक कृत्यं करणाऱ्या भीमाने पौण्ड्र नावाचा मोठा शंख फुंकला।।१५।।

अध्याय १ : १७-१९

कुंतीपुत्र राजा युधिष्ठिराने अनंतविजय नावाचा आणि नकुल व सहदेव यांनी सुघोष व मणिपुष्पक नावाचे शंख वाजवले।।१६।।

१७-१९

श्लोक अनुवाद : श्रेष्ठ धनुष्य धारण करणारा काशिराज, महारथी शिखंडी, धृष्टद्युम्न, राजा विराट, अजिंक्य सात्यकी।।१७।।

राजा द्रुपद, द्रौपदीचे पाचही पुत्र, महाबाहू सुभद्रापुत्र अभिमन्यू, या सर्वांनी, हे राजा, सर्व बाजूंनी वेगवेगळे शंख वाजवले।।१८।।

मग त्या भयानक आवाजाने आकाश व पृथ्वीला दुमदुमून टाकलं आणि धृतराष्ट्रांचे पुत्र अर्थात कौरवांची हृदय विदर्ण करून टाकली।।१९।।

● मनन प्रश्न :

१. सद्यःस्थितीत अशी कोणती समस्या आहे, जी तुम्हाला खूपच व्यथित करत आहे? ज्यापासून तुम्हाला सुटका हवी आहे?

२. तुम्हाला त्यापासून पलायन करायचं आहे, की त्यावर उपाय शोधायचा आहे? त्या समस्येच्या प्रत्येक पैलूवर तटस्थपणे मनन करा.

३. समोर दिसत असलेलं सत्य आभासी असलं तरीही तुम्ही अंतर्मनाचं ऐकता का?

   हो ☐ / नाही ☐ किंवा

   अजूनही मनाकडून उपाय मागता का?

भाग २
रोगी मन योगी बनलं
॥ २०-३५ ॥

अध्याय १

अर्जुन उवाच

अथ व्यवस्थितान्दृष्ट्वा धार्तराष्ट्रान् कपिध्वजः । प्रवृत्ते शस्त्रसम्पाते धनुरुद्यम्य पाण्डवः ।।२० ।।
हृषीकेशं तदा वाक्यमिदमाह महीपते । सेनयोरुभयोर्मध्ये रथं स्थापय मेऽच्युत ।।२१ ।।
यावदेतान्निरीक्षेऽहं योद्धुकामानवस्थितान् । कैर्मया सह योद्धव्यमस्मिन् रणसमुद्यमे ।।२२ ।।
योत्स्यमानानवेक्षेऽहं य एतऽत्र समागताः । धार्तराष्ट्रस्य दुर्बुद्धेर्युद्धे प्रियचिकीर्षवः।।२३ ।।

संजय उवाच

एवमुक्तो हृषीकेशो गुडाकेशेन भारत । सेनयोरुभयोर्मध्ये स्थापयित्वा रथोत्तमम् ।।२४ ।।
भीष्मद्रोणप्रमुखतः सर्वेषां च महीक्षिताम् । उवाच पार्थ पश्यैतान् समवेतान् कुरूनिति।।२५ ।।
तत्रापश्यत्स्थितान् पार्थः पितॄनथ पितामहान् । आचार्यान्मातुलान्भ्रातॄन्पुत्रान्पौत्रान्सखींस्तथा ।।२६ ।।
श्वशुरान् सुहृदश्चैव सेनयोरुभयोरपि । तान्समीक्ष्य स कौन्तेयः सर्वान् बन्धूनवस्थितान् ।।२७ ।।
कृपया परयाविष्टो विषीदन्निदमब्रवीत्। दृष्ट्वेमं स्वजनं कृष्ण युयुत्सुं समुपस्थितम् । ।२८ ।।
सीदन्ति मम गात्राणि मुखं च परिशुष्यति। वेपथुश्च शरीरे में रोमहर्षश्च जायते ।।२९ ।।
गाण्डीवं स्रंसते हस्तात्वक्चैव परिदह्यते । न च शक्नोम्यवस्थातुं भ्रमतीव च मे मनः।।३० ।।
निमित्तानि च पश्यामि विपरीतानि केशव । न च श्रेयोऽनुश्यामि हत्वा स्वजनमाहवे ।।३१ ।।
न काङ्क्षे विजयं कृष्ण न च राज्यं सुखानि च। किं नो राज्येन गोविंद किं भोगैर्जीवितेन वा।।३२ ।।
येषामर्थे काङ्क्षितं नो राज्यं भोगाः सुखानि च । त इमेऽवस्थिता युद्धे प्राणांस्त्यक्त्वा धनानि च ।।३३ ।।
आचार्याः पितरः पुत्रास्तथैव च पितामहाः । मातुलाः श्वशुराः पौत्राः श्यालाः संबंधिनस्तथा।।३४ ।।
एतान्न हन्तुमिच्छामि घ्नतोऽपि मधुसूदन । अपि त्रैलोक्यराज्यस्य हेतोः किं नु महीकृते ।।३५ ।।

२०-२३

श्लोक अनुवाद : महाराज, त्यानंतर ध्वजावर हनुमान असणाऱ्या अर्जुनाने युद्धाच्या तयारीने उभ्या असलेल्या कौरवांना पाहून, शस्त्रांचा वर्षाव होण्याची वेळ आली तेव्हा धनुष्य उचलून॥२०॥

हृषीकेश श्रीकृष्णांना म्हणाला, ''हे अच्युता, माझा रथ दोन्ही सैन्यांच्या मध्यभागी उभा करा ॥२१॥

रणभूमीवर युद्धाच्या इच्छेने सज्ज झालेल्या या शत्रुपक्षाकडील योद्ध्यांना जोवर मी नीट पाहत नाही; या युद्धात कोणाकोणाशी लढणं योग्य आहे, हे मी पाहत नाही, तोवर रथ उभा करा॥२२॥

दुष्टबुद्धी दुर्योधनाचं युद्धात हित इच्छिणारे हे जे राजे या सैन्यात आले आहेत, त्या योद्ध्यांना मी नीट पाहून घेतो.'' ॥२३॥

२४-२५

श्लोक अनुवाद : संजय म्हणाले, 'हे धृतराष्ट्र! अर्जुनाने असं सांगितल्यानंतर श्रीकृष्ण दोन्ही सैन्यांच्या मध्यभागी भीष्म, द्रोणाचार्य व इतर सर्व राजांच्या समोर तो उत्तम रथ उभा करत म्हणाले, ''हे पार्था, युद्धासाठी जमलेल्या या कौरवांना पाहा.''॥२४-२५॥

गीतार्थ : श्रीकृष्णांनी गीतेचा प्रारंभ कोणत्या उपदेशाद्वारे अथवा कोणत्या आज्ञेने केला होता, हे जाणून घेण्यासारखं तथ्य आहे. तो उपदेश होता, **'बघ!'** गीतेचा पहिलाच शब्द 'बघ' असा होता. श्रीकृष्णांनी दोन्ही सैन्यांच्या मधोमध आणून रथ उभा केला आणि अर्जुनाला आज्ञा दिली 'बघ.' त्यावेळी वापरत असलेल्या भाषेनुसार संस्कृत भाषेतील 'पश्चैय' हा शब्दाचा उपयोग केला गेला. परंतु सध्याच्या भाषेत सांगायचं झालं असतं, तर ते काय म्हणाले असते, **''ए भाई, ज़रा देखके चलो। आगे ही नहीं, पीछे भी... केवळ समोर दिसणाऱ्या कौरवांकडेच बघू नकोस, तर आपल्या मागे असणाऱ्या पाडवांकडेही**

बघ, जो आस लावून आपल्याकडून काही आशा–अपेक्षा बाळगत आहेत.''

'बघ' या एका शब्दात अथवा या पहिल्या आज्ञेतच इतकी सखोलता आहे, की यावर जर मनन केलं, तर एक संपूर्ण आध्यात्मिक ग्रंथ लिहिला जाऊ शकतो. आपल्यालाही आपल्या आयुष्याच्या कुरुक्षेत्रावर सर्वप्रथम जे काम करायचं आहे, ते आहे 'बघणं', अवलोकन करणं. बघणं ही एक अशी कला आहे, जी आपलं अवघं आयुष्य बदलू शकते. उदाहरणार्थ - काही लोक एक मूर्ती पाहत असतात. त्यापैकी एकजण म्हणतो, ''व्वा! किती मौलिक धातू आहे हा.'' दुसरा म्हणतो, ''मस्तच, किती अलौकिक कलाकुसर आहे यावर.'' तर तिसरा त्या मूर्तीसमोर नतमस्तक होत म्हणतो, ''हे परमेश्वरा, तुमचा जयजयकार असो... आजचं तुमचं हे रूप पाहून भगवंता मी तर अगदी कृतार्थ, धन्य धन्य झालो.'' तो असं म्हणाला, कारण ती त्याच्या इष्टदेवतेची मूर्ती होती. मात्र इतर दोघेजण या गोष्टीपासून अनभिज्ञ होते.

या उदाहरणावरून आपल्या लक्षात आलंच असेल, की वस्तू तर एकच आहे आणि ती पाहण्याचं माध्यमही एकच आहे; परंतु पाहण्याच्या दृष्टिकोनात, फरक आहे, त्यामुळेच प्रत्येकाला वेगवेगळी गोष्ट दिसत आहे. श्रीकृष्ण म्हणतात, ''कोणताही निर्णय घेण्याआधी, एखादा प्रसंग समोर उभा ठाकला असताना, तो का उद्भवलाय? ही घटना का आलीय? यामुळे आपल्या अंर्तबाह्य, कोण कोणत्या भावना जागृत होत आहेत? त्या का जागृत होत आहेत? यामुळे आपल्या मनाचा काय समज होत आहे, अशा सर्वदृष्टीने पाहायला हवं, आपल्या आतदेखील आणि बाहेरदेखील... पुढेही आणि मागेही.''

मनुष्य एकाचवेळी दोन प्रकारच्या जगात वावरत असतो, एक असतं त्याचं मानसिक भावविश्व आणि दुसरं असतं समोरचं दृश्यजगत.

अध्याय १ : २६-२९

समजा – एखादा मनुष्य आपल्या समोरून जाताना तोंड फिरवून गेला. तेव्हा आपल्या मनाने ग्रह करून घेतला, की त्याने आपला अपमान केलाय. आता आपल्याला वेळोवेळी तेच दृश्य दिसू लागतं, की या मनुष्याला बहुधा आपण आवडत नाही, तो आपला तिरस्कार करतोय. परंतु वस्तुस्थिती ही असते, की त्याच्या मानेवर त्यावेळी एक माशी बसली होती आणि त्याने झटक्यात मान फिरवून तिला उडवून लावलं होतं.

योग्य दृष्टिकोनाने पाहिल्यास आपण आभासी विश्वातून वास्तविक जगात येतो. म्हणजेच स्वसाक्षी होऊन वर्तमानात जगू लागतो. वर्तमानातच आपण कोणत्याही गोष्टीकडे योग्य पद्धतीने पाहू शकतो. कारण योग्य पद्धतीने पाहता आलं, तरच योग्य ते निर्णय घेतले जाऊ शकतात. म्हणूनच श्रीकृष्णांची इच्छा आहे, की अर्जुनाने कोणताही निर्णय घेण्यापूर्वी सर्व काही योग्य प्रकारे पाहून, सर्व समावेशक दृष्टीने समजून घेऊन मगच निर्णय घ्यावा.

२६-२९

श्लोक अनुवाद : त्यानंतर पांडवपुत्र अर्जुनाने त्या दोन्ही सैन्यांमध्ये असलेल्या काका, आजे-पणजे, गुरू, मामा, भाऊ, मुलगे, नातू, मित्र, सासरे आणि हितचिंतक यांच्याकडेही पाहिलं।।२६।।

तिथे असलेल्या त्या सर्व बांधवांना पाहून अत्यंत करुणेने व्याप्त झालेला कुंतीपुत्र अर्जुन शोकाकुल होऊन म्हणालो।।२७।।

हे कृष्णा, युद्धाच्या इच्छेने रणांगणावर उपस्थित असणाऱ्या या स्वजनांना पाहून।।२८।।

माझे अवयव शिथिल होत आहेत; तोंडाला कोरड पडली आहे, शरीराला कंप सुटला आहे आणि अंगावर काटे उभे राहत आहेत।।२९।।

गीतार्थ : वास्तविक महाभारताच्या युद्धातील दोन्ही पक्षांचे योद्धे कोणत्या

ना कोणत्या नात्याने परस्परांशी जोडलेले होते. सर्वांचा आपापसांत काहीतरी संबंध होताच. उदाहरणार्थ, कौरवांतर्फे लढणारे भीष्म, द्रोणाचार्य वगैरे पांडवांचे नातेवाईक आणि इतर आदरणीय व्यक्तीसुद्धा त्यांत समाविष्ट होत्या. युद्धाचा विचार करणं तसं सोपं होतं. मात्र युद्धभूमीवर आपल्याच आप्तेष्टांवर वार करताना अर्जुन संभ्रमित झाला. तो मोहग्रस्त झाला. त्याला वाटलं, कोणत्याही पक्षातील योद्धे मरण पावले तरीही ते शेवटी आपलेच असतील ना?

३०-३२

श्लोक अनुवाद : हातातून गांडीव धनुष्य गळून पडत आहे, अंगाचा दाह होत आहे. तसंच, माझं मन भ्रमिष्टासारखं झालं आहे, त्यामुळे मी उभादेखील राहू शकत नाही।।३०।।

हे केशवा, मला विपरीत चिन्हं दिसत आहेत. त्यामुळे युद्धात आप्तांना मारून कल्याण होईल, असं मला वाटत नाही।।३१।।

हे कृष्णा, मला तर विजयाची अपेक्षा नाही, राज्याचीही नाही, की सुखाचीदेखील नाही. हे गोविंदा, आम्हाला असं राज्य काय करायचं? अशा भोगयुक्त जगण्याने तरी काय लाभ होणार आहे?।।३२।।

३३-३५

श्लोक अनुवाद : आम्हाला ज्यांच्यासाठी राज्य, भोग आणि सुख इत्यादी अपेक्षित आहे, तेच हे सर्वजण संपत्तीची आणि जीविताची आशा सोडून युद्धात उभे ठाकले आहेत।।३३।।

गुरुजन, काका, मुलं, आजे, मामा, सासरे, नातू, मेहुणे, त्याचप्रमाणे इतर आप्तदेखील आहेत।।३४।।

हे मधुसूदना, ते जरी मला मारण्यास तयार झाले, तरी मी त्रैलोक्याच्या राज्यासाठीही या सर्वांना मारू शकत नाही. मग या पृथ्वीची कथा ती काय?।।३५।।

गीतार्थ : अर्जुन मोहग्रस्त झाल्याने माघार घेऊ इच्छित होता. म्हणूनच तो श्रीकृष्णाला वेगवेगळे तर्क सांगून स्वतःचे विचार योग्य असल्याचं पटवून देऊ लागला. योद्धा असूनही संन्याशासारखं बोलू लागला. आपल्याच लोकांना मारून राज्य मिळवण्याचा काय उपयोग? यापेक्षा सर्व सोडून देणंच योग्य ठरेल... अशा प्रकारे पुढच्या काही श्लोकांमध्ये अर्जुन असेच काही वेगवेगळे तर्क देऊन युद्धापासून वाचण्याचा प्रयत्न करत होता.

अध्याय १ : ३०-३५

● मनन प्रश्न :

१. तुमचं मन कोणत्या बाबतीत साशंक बनतं किंवा भीतीने ग्रासलं जातं?

२. भूतकाळातील एखाद्या कामापासून किंवा परिस्थितीपासून वाचण्यासाठी तुम्ही तयार केलेल्या सबबींचा विचार करा. त्यामुळे तुमचा फायदा झाला, की नुकसान? त्यामुळे तुम्हाला अपराधबोध जाणवला, की जबाबदारीतून पलायन करण्याची इच्छा झाली?

३. जीवनातील समस्यांचा सामना करत असताना तुम्हालाही सर्व काही सोडून शांतीसाठी कुठेतरी निघून जावं असं वाटतं का? याचं उत्तर 'हो' असं असेल, तर हा विचार तुम्हाला जबाबदाऱ्यांपासून परावृत्त करत आहे का?

४. एखादा निर्णय घेताना तुमचा स्वतःवर किती विश्वास असतो?

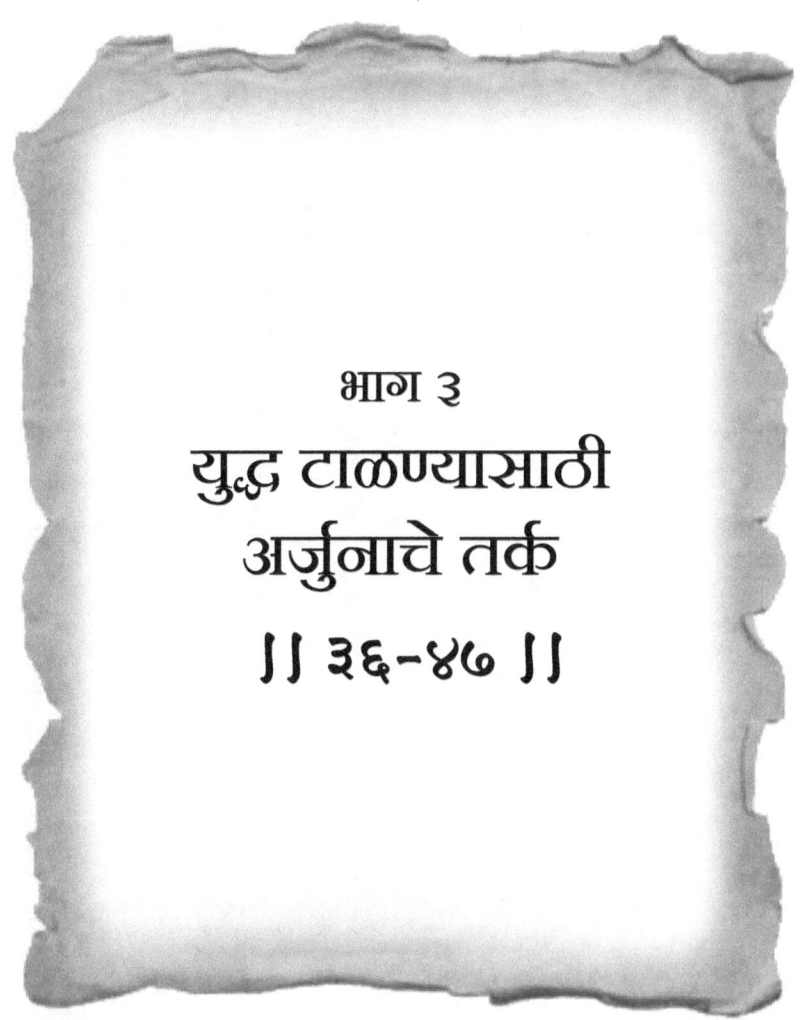

भाग ३
युद्ध टाळण्यासाठी
अर्जुनाचे तर्क
।। ३६-४७ ।।

अध्याय १

नहत्य धार्तराष्ट्रान्न का प्रीतिः स्याज्जनार्दन । पापमेवाश्रयेदस्मान् हत्वैतानाततायिनः ।।३६ ।।

तस्मान्नार्हा वयं हन्तुं धार्तराष्ट्रान्स्वबान्धवान् । स्वजनं हि कथं हत्वा सुखिनः स्याम माधव ।।३७ ।।

यद्यप्येते न पश्यन्ति लोभोपहतचेतसः। कुलक्षयकृतं दोषं मित्रद्रोहे च पातकम् ।।३८ ।।

कथं न ज्ञेयमस्माभिः पापादस्मान्निवर्तितुम् । कुलक्षयकृतं दोषं प्रपश्यद्भिर्जनार्दन।।३९ ।।

कुलक्षये प्रणश्यन्ति कुलधर्माः सनातनाः। धर्मे नष्टे कुलं कृत्स्नमधर्मोऽभिभवत्युत ।।४० ।।

अधर्माभिभवात्कृष्ण प्रदुष्यन्ति कुलस्त्रियः । स्त्रीषु दुष्टासु वार्ष्णेय जायते वर्णसंकरः।।४१ ।।

संकरो नरकायैव कुलघ्नानां कुलस्य च। पतन्ति पितरो ह्येषां लुप्तपिण्डोदकक्रियाः।।४२ ।।

दोषैरेतैः कुलघ्नानां वर्णसंकरकारकैः। उत्साद्यन्ते जातिधर्माः कुलधर्माश्च शाश्वताः।।४३ ।।

उत्सन्नकुलधर्माणां मनुष्याणां जनार्दन । नरकेऽनियतं वासो भवतीत्यनुशुश्रुम।।४४ ।।

अहो बत महत्पापं कर्तुं व्यवसिता वयम् । यद्राज्यसुखलोभेन हन्तुं स्वजनमुद्यताः।।४५ ।।

यदि मामप्रतीकारमशस्त्रं शस्त्रपाणयः। धार्तराष्ट्रा रणे हन्युस्तन्मे क्षेमतरं भवेत् ।।४६ ।।

संजय उवाच

एवमुक्त्वार्जुनः सङ्ख्ये रथोपस्थ उपाविशत् । विसृज्य सशरं चापं शोकसंविग्नमानसः ।।४७ ।।

३६-३७

श्लोक अनुवाद : हे जनार्दना, धृतराष्ट्राच्या मुलांना मारून आम्हाला कोणतं सुख मिळणार? या दहशतवाद्यांना मारून आम्हाला पापच लागणार.।।३६।।

म्हणूनच हे माधवा, आपल्या बांधवांना, धृतराष्ट्रपुत्रांना, आम्ही मारणं योग्य नाही. कारण आपल्याच कुटुंबीयांना मारून आम्ही सुखी कसं होणार?।।३७।।

३८-३९

श्लोक अनुवाद : लोभामुळे बुद्धी भ्रष्ट झालेल्यांना कुळाचा नाश झाल्यामुळे उत्पन्न होणारा दोष आणि मित्राशी वैर करण्याचं पातक दिसत नसलं।।३८।।

तरी हे जनार्दना, कुळाच्या नाशाने उत्पन्न होणारा दोष स्पष्ट दिसत असतानाही आम्ही या पापापासून परावृत्त होण्याचा विचार का बरं करू नये?।।३९।।

४०-४१

श्लोक अनुवाद : कुळाचा नाश झाला असता परंपरागत कुळधर्म नाहीसे होतात. कुळधर्म नाहीसे झाल्यानंतर त्या संपूर्ण कुळात मोठ्या प्रमाणात पाप फैलावतं.।।४०।।

हे कृष्णा, पाप अधिक वाढल्याने कुळातील स्त्रिया अतिशय दुराचारी होतात आणि हे वार्ष्णेया, स्त्रिया बिघडल्या तर वर्णसंकर उत्पन्न होतो.।।४१।।

४२-४३

श्लोक अनुवाद : वर्णसंकर हा कुळाचा नाश करणाऱ्यांना आणि कुळाला नरकालाच नेतो. कारण श्राद्ध, जलतर्पण इत्यादींना मुकलेले त्यांचे पितर अधोगतीला जातात.।।४२।।

या वर्णसंकर करणाऱ्या दोषांमुळे परंपरागत जातिधर्म व कुळधर्म नष्ट होतात.।।४३।।

४४-४५

श्लोक अनुवाद : हे जनार्दना, मग ज्यांचा कुळधर्म नाहीसा झाला आहे, अशा माणसांना अनिश्चित काळापर्यंत नरकात पडावं लागतं, असं आम्ही ऐकत आलो आहोत।।४४।।

अरेरे! किती खेदाची गोष्ट आहे! आम्ही बुद्धिमान असूनही राज्य आणि सुख यांच्या लोभाने स्वजनांना ठार मारायला तयार झालो, हे किती मोठं पाप करायला तयार झालो बरं!।।४५।।

४६

श्लोक अनुवाद : जरी शस्त्ररहित आणि प्रतिकार न करणाऱ्या मला हातात शस्त्र घेतलेल्या धृतराष्ट्रपुत्रांनी रणात ठार मारलं, तरी ते माझ्यासाठी अधिक कल्याणकारक ठरेल।।४६।।

४७

श्लोक अनुवाद : संजय म्हणाले, रणांगणावर दुःखाने मन उद्विग्न झालेला अर्जुन एवढं बोलून बाणासह धनुष्य टाकून देऊन रथाच्या मागील भागात बसला।।४७।।

गीतार्थ : अशा प्रकारे अर्जुनाने श्रीकृष्णाला युद्ध न करण्याचे नानाविध तर्क सांगितले आणि आपलं धनुष्य ठेवून तो बसून राहिला.

अर्जुनाचं असं वागणं ही काही विशेष अशी बाब नाही. प्रत्येक मनुष्याच्या जीवनात अशी कठीण परिस्थिती उद्भवतेच. त्यावेळी त्याला योग्य काय आणि अयोग्य काय हे ओळखून निर्णय घेता येत नाही. कधी कधी योग्य मार्ग कठीण आणि चुकीचा मार्ग सोपाही वाटू लागतो. मनुष्य संकटांपासून वाचण्यासाठी किंवा स्वतःच्या वृत्ती, सवयींच्या आहारी जाऊन

चुकीचा मार्ग निवडतो. शिवाय, तोच मार्ग योग्य आहे, हे सिद्ध करण्यासाठी कोणतीच गोष्ट शिल्लक ठेवत नाही.

समजा, एखाद्या माणसाला त्याच्या नोकरीत नवनवीन आव्हानांना सामोरं जावं लागतं, त्यासाठी त्याला खूप मेहनत करावी लागते. नवनवीन तंत्रं शिकावी लागतात, तसंच प्रवासही करावा लागतो. वास्तविक त्या माणसाची नवं काही न शिकता आरामात बसून एकाच पद्धतीने काम करण्याची वृत्ती असेल, तर त्याला नोकरी करणं कठीण वाटू लागतं. नोकरी सोडण्यासाठी तो त्याच्या कुटुंबाला वेगवेगळ्या सबबी आणि तर्क सांगू लागतो. उदाहरणार्थ, खूप कामं आहेत, मानसिक त्रास होतोय, माझी तब्येत बिघडत आहे, मालक वाईट आहे वगैरे. म्हणजेच त्याने नोकरी सोडली, तरी घरचे लोक त्याला दोष देणार नाहीत.

वास्तविक, ती नोकरी त्याला विकासाची संधी देत असते. नोकरीत त्याने आवश्यकतेनुसार आधुनिक बदल स्वीकारले, तर तो यशाच्या नव्या टप्प्यावर पोहोचू शकतो. परंतु अर्जुनाप्रमाणे तो 'युद्ध (नोकरी) करणार नाही' अशी घोषणा करून शस्त्र टाकून देतो.

अर्जुनाजवळ मात्र श्रीकृष्णासारखे गुरू होते. त्यांनी त्याला गीतेचं ज्ञान देऊन योग्य-अयोग्य तसंच पलायनवाद आणि स्वधर्म आचरण यांतील फरक शिकवला. गीता फक्त अर्जुनालाच नव्हे, तर सर्वांनाच जीवन जगण्याची कला शिकवते. आपणदेखील या पुस्तकाद्वारे ती शिकू शकता.

अध्याय १ : ४४-४७

- **मनन प्रश्न :**

१. 'माझेच विचार योग्य आहेत' या कर्मठ विचाराचा त्याग करायची तुमची कितपत तयारी आहे?

२. तुम्ही कुठे कुठे ज्ञानी युधिष्ठिर बनता?

३. जीवनात एखाद्या मोठ्या समस्येदरम्यान ज्यावेळी तुम्हाला खूप संघर्ष करावा लागला, त्या समस्येचा सामना करताना तुम्ही काय काय शिकलात? तुमच्यात कोणत्या गुणांचा विकास झाला? अशा एखाद्या घटनेवर मनन करा.

४. तुमच्या जीवनातील सर्व समस्या एकाच वेळी विलीन करायला तुम्ही तयार आहात का? तयार असाल तर सर्व जुने दृष्टिकोन सोडून दुसऱ्या अध्यायाची शिकवण ग्रहण करण्यासाठी मन रिक्त करा.

द्विधामुक्त निवडक्षेत्र
ग्रे पिरियड

पहिल्या अध्यायात आपण संभ्रमावस्थेत फसलेल्या अर्जुनाची मनःस्थिती समजून घेतली. तुम्ही या स्थितीचं बारकाईने अवलोकन केलं, तर अर्जुनाच्या जागी स्वतःला पाहू शकाल. खरंतर पृथ्वीवर जन्मलेला प्रत्येक मनुष्य कोणत्या ना कोणत्या युद्धक्षेत्रात अडकलेला आहे. प्रत्येकवेळी त्याच्यासमोर एखादी नवी समस्या किंवा आव्हान उभं ठाकलेलं असतं. एक संपतं न संपतं तोच दुसरं दत्त म्हणून उभं असतं. याच खेळात त्याचं संपूर्ण जीवन रडत खडत निघून जातं.

यासाठी तो कधी परमेश्वराला दोष देतो, तर कधी स्वतःच्या नशिबाला आणि कधी इतरांना... तो नेहमी म्हणतो, 'मी मेल्यावर किंवा संसारातून दूर गेल्यावरच या कटकटींतून माझी सुटका होणार.' वास्तविक पाहता तसं काहीही नसतं. गीता ऐकण्याआधी अर्जुनसुद्धा असाच काहीसा विचार करत होता. मात्र गीता ऐकल्यावर सर्वकाही बदललं. आता सुखी होण्यासाठी त्याला पलायनाची आवश्यकता भासली नाही. त्यामुळे तत्क्षणी युद्धक्षेत्रातच स्थिर राहून आपल्या कर्तव्याची पूर्तता करून तो शांत, आनंदी आणि मुक्त झाला.

अर्जुनाला ज्यावेळी गीताज्ञान मिळालं, त्यास्थितीचं बारकाईनं अवलोकन करा. एका बाजूला पांडव (सत्य पक्ष) व दुसरीकडे कौरव (असत्य पक्ष) होते. अर्जुन सर्वप्रथम या दोन्ही पक्षांतून बाहेर पडला आणि तो दोन्ही पक्षांच्या मध्यभागी आला. आपण जर सत्यपक्ष पांढऱ्या आणि असत्य पक्ष काळ्या रंगाने निर्देशित केला, तर द्विधावस्थेतील अर्जुन ज्या मध्यवर्ती भागात उभा होता तो भाग करड्या (ग्रे) रंगाने दाखवता येऊ शकतो. हे असं ठिकाण आहे जे योग्यही नाही आणि अयोग्यही नाही. हे ग्रे क्षेत्र म्हणजे असं ठिकाण आहे, जिथे तुम्ही तुमची समज, अनुभव, श्रद्धा, वृत्ती आणि विकार यांच्या साहाय्याने दोहोंमधून एक पक्ष निवडण्याचा निर्णय घेता. अर्जुनाने या ग्रे क्षेत्रात श्रीकृष्णाची (स्रोताची) मदत मागितली. तिथे त्याने श्रीकृष्णाच्या

वचनांवर मनन केलं. गीता ऐकली, ती आत्मसात केली आणि शेवटी योग्य तो निर्णय घेतला.

तुमच्या जीवनात कधीही तुम्हाला अर्जुनाप्रमाणे संभ्रमात टाकणारी समस्या आलीच, तर सर्वांत आधी महत्त्वपूर्ण काम करायचं आहे, ते म्हणजे समस्येला समस्या न समजता उलट तिला विकासाची संधी मानायला हवं. जेणेकरून तुम्ही समजू शकाल, की अर्जुन युद्धामुळे बऱ्याच गोष्टी शिकला. त्याने किती अमूल्य समज प्राप्त केली!

म्हणूनच असं घडलं तर तुम्ही आनंदी व्हायला हवं, की निसर्ग निश्चितच तुम्हाला नवीन काहीतरी शिकण्याची संधी देत आहे. मग प्रसन्नचित्ताने या ग्रे क्षेत्रात जावं. तिथे समस्या आणि तिच्या सर्व पैलूंचा विचार करून त्यानुसारच गीतेची शिकवण अमलात आणावी आणि स्वतःसाठी योग्य तो मार्ग निवडावा.

ग्रे क्षेत्रात केलेल्या मननाचं महत्त्व एका उदाहरणाद्वारे समजून घेऊ या. एक मुलगा त्याच्या वडिलांकडे स्मार्ट फोन घेण्यासाठी हट्ट करतो. तो म्हणतो, 'सर्वांकडे मोबाइल आहे, परंतु माझ्याकडे नाही.' त्याचा हट्ट पूर्ण करवून घेण्यासाठी तो रडतो, नाटक करतो, अन्नत्याग करतो. ही समस्या सोडविण्यासाठी बरेच पालक पुत्रप्रेमापोटी असा विचार करतात, की आजकाल सर्वच मुलांकडे मोबाइल असतात, त्यामुळे यालाही घेऊन द्यायला काय हरकत आहे! आणि ते त्याला मोबाइल घेऊन देतात. हेदेखील त्याच पुत्रप्रेमाचं अशुद्ध रूप आहे, जे धृतराष्ट्राचं दुर्योधनाप्रति होतं.

याआधी जो मुलगा वेळेवर अभ्यास करायचा, मैदानी खेळ खेळायला जायचा तो आता मोबाइलमध्येच गुंतून राहू लागला. वेळेवर अभ्यास नाही, झोप नाही की जेवण नाही. त्याचे खेळही मोबाइलवरच. मोबाइलच्या अतिवापरामुळे त्याच्या एकाग्रतेवर आणि स्मरणशक्तीवर परिणाम होऊ लागला. तो घरातल्या व्यक्तींपासूनही दूर राहू लागला, एकटा राहू लागला आणि त्याच्या खोलीत मोबाइलमध्येच व्यग्र राहू लागला... आई-वडील काही बोलायला लागले तर गोंधळ करायचा आणि पुन्हा रडून ओरडून नाटक करायचा.

हे उदाहरण आपल्याला साधारणपणे घरोघरीच दिसतं. या गोष्टीत एक क्षण असा होता, जेव्हा वडील अर्जुनाप्रमाणे ग्रे निवड क्षेत्रात उभे होते. तिथे समोर एक मार्ग होता, मोबाइल घेऊन देणे आणि दुसरा मार्ग होता मोबाइल न देणे. मुलाला मोबाइलची गरजच नाही. मोबाइलमुळे तो त्याचा वेळ वाया घालवून व्यर्थ विचार करत बसेल, हे तर वडिलांनाही माहीत होतं. तरीही त्यांनी पुत्रप्रेमापोटी त्याला मोबाइल घेऊन दिला. आपण कोणतीही आसक्ती न बाळगता अनासक्त भावनेने आपलं कर्म करावं, असं गीतेत सांगितलं आहे. त्यावेळी वडिलांनी जर गीतेच्या या निष्काम कर्मयोगाची शिकवण लक्षात घेऊन मनन केलं असतं, तर कदाचित वडिलांनी रचनात्मक निर्णयाने योग्य मार्ग निवडला असता.

या ग्रंथातील गीतेच्या पहिल्या आणि दुसऱ्या अध्यायांदरम्यान आलेला हा अध्याय तुमच्यासाठी एक ग्रे अवधी निर्माण करतो. या ठिकाणी तुम्ही थोडं थांबून तुमच्या आयुष्यातील समस्या, विकासाच्या संधी किंवा अन्य कोणत्याही बाबीवर मनन करू शकता. मनन केल्याने तुमच्या अंतर्यामी दबलेल्या समस्या, विचार तसेच भावनाही बाहेर पडतील. त्यामुळे तुम्ही आतून रिक्त व्हाल. ज्याप्रमाणे रिकाम्या घागरीतच थंड पाणी भरता येतं, त्याप्रमाणेच रिक्त बुद्धीच समज ग्रहण करू शकते. मनन केल्यानंतर तुम्ही स्वतःची स्थिती चांगल्या प्रकारे समजून घेऊ शकाल. त्यानुसार ग्रहणशील होऊन समज आत्मसात कराल आणि ती जीवनात अंगीकाराल.

तुमच्या सोयीसाठी आणि मननाची सुरुवात व्हावी यासाठी सर्वांना उपयुक्त ठरतील असे १० प्रश्न पुढे दिले आहेत. याव्यतिरिक्त अध्यायाच्या प्रत्येक भागाच्या शेवटी काही मननप्रश्न आहेत, त्यांचाही तुम्ही लाभ घेऊ शकता.

१. कोणत्याही घटनेत तुमचा प्रतिसाद (रिस्पॉन्स) तुमच्या आदर्शांनुसारच असतो, की समोरच्या व्यक्तीच्या प्रतिसादानुसार बदलतो?

२. मनासारखी घटना न घडल्यास तुम्ही ती स्वीकारता, की तुमच्या मनात बडबड सुरू होते? ती बडबड थांबवण्यासाठी तुम्ही कोणते प्रयत्न करता?

३. तुमच्या जीवनातील पाच महत्त्वपूर्ण नात्यांवर मनन करा. उदाहरणार्थ,

कुठल्या नात्यात तुमच्या कोणत्या अपेक्षा आहेत? त्या पूर्ण होतात का? त्या पूर्ण झाल्या नाहीत तर दुःख निर्माण होतं का? पूर्ण झाल्या तर आनंद मिळतो का? तो आनंद किंवा दुःख किती काळ टिकतं, यावर मनन करा.

४. कोणत्या नात्यात तुम्हाला जास्त ओढ (आसक्ती) वाटते आणि का? ते नातंच जर संपुष्टात आलं तर तुमची काय अवस्था होईल? यावर मनन करा.

५. मनन करा, तुमचं लक्ष यांपैकी कशात जास्त असतं? भूतकाळात घडलेल्या घटनांमध्ये, भविष्याच्या कल्पनांमध्ये, की वर्तमानात सुरू असलेल्या कार्यांमध्ये? तुमचा वर्तमान भूतकाळातल्या किंवा भविष्यातल्या विचारांनी भरलेला असतो का? याचं उत्तर 'हो' असेल, तर त्यामुळे तुमचं कोणतं नुकसान होतं?

६. तुमच्या जीवनाबद्दल तुमचा दृष्टिकोन कसा आहे? तुमचं जीवन म्हणजे ओझं, शाप किंवा वाईट कर्मांचं फळ आहे, असं मानून तुम्ही जगत आहात का? आपल्याला लाभलेलं जीवन ईश्वराची कृपा, काहीतरी उत्कृष्ट करण्याची, विकासाची संधी समजून प्रसन्नतेने जगत आहात का?

७. तुमच्याकडून काही चूक घडल्यास तुम्ही लोकांची क्षमा मागू शकता का? इतरांच्या चुकांसाठी त्यांना माफ करू शकता का? माफ करू शकत नसाल, तर कोणत्या गोष्टींमुळे तुम्हाला ते जमत नाही, यावर मनन करा.

८. तुम्हाला जर प्रत्यक्ष परमेश्वराला धन्यवाद देण्याची संधी मिळाली तर तुम्ही त्याला कोणकोणत्या गोष्टींसाठी धन्यवाद द्याल? याची सविस्तर यादी तयार करा.

९. तुमच्यात अशा कोणत्या सवयी आहेत, ज्या तुम्ही ठरवूनसुद्धा बदलू शकत नाही? त्या सवयींमुळे आतापर्यंत तुम्हाला कोणकोणत्या अडचणींना तोंड द्यावं लागलं? त्या बदलण्यासाठी किंवा सोडण्यासाठी तुम्हाला कोणते अडथळे जाणवतात?

१०. तुम्हाला संधी मिळाली तर तुमच्या नातेवाइकांमध्ये कोणकोणते गुण विकसित कराल? आणि का? तेच गुण तुम्हाला स्वतःमध्ये पाहायला आवडेल का? आवडणार नसेल, तर का?

अध्याय २
सांख्ययोग
परम शांती युक्ती

॥ अध्याय २ - सूची ॥

श्लोक	विषय	पृष्ठ
१-३	कृष्ण कथन..	४३
४-१०	अर्जुनाची ज्ञानयाचना................................	४७
११-२५	सांख्ययोग प्रारंभ.....................................	५३
२६-२८	मरणोत्तर जीवनयोग.................................	६९
२९-३०	आत्मयोग...	७५
३१-३८	कर्तव्य आणि तर्कयोग...............................	८१
३९-४७	कर्मयोग प्रारंभ (प्रस्तावना)........................	९३
४८-५१	समत्व योग...	१०९
५२-५३	कर्मयोग- प्रस्तावना अंत............................	११९
५४-६१	स्थितप्रज्ञाचे लक्षण.................................	१२५
६२-७२	परमशांतीचे उपाय (सांख्ययोग समाप्त).......	१३९

भाग १
कृष्ण कथन
॥ १-३ ॥

अध्याय २

एंजय उवाच

तं तथा कृपयाविष्टमश्रुपूर्णाकुलेक्षणम् । विषीदन्तमिदं वाक्यमुवाच मधुसूदनः।।१ ।।

श्रीभगवानुवाच

कुतस्त्वा कश्मलमिदं विषमे समुपस्थितम्। अनार्यजुष्टमस्वर्ग्यमकीर्तिकरमर्जुन।।२ ।।

क्लैब्यं मा स्म गमः पार्थ नैतत्त्वय्युपपद्यते। क्षुद्रं हृदयदौर्बल्यं त्यक्त्वोत्तिष्ठ परन्तप ।।३ ।।

१

श्लोक अनुवाद : संजय म्हणाले, अशा रीतीने करुणेने व्याप्त आणि ज्याचे डोळे आसवांनी भरलेले व व्याकूळ दिसत आहेत, अशा शोक करणाऱ्या अर्जुनाला भगवान 'मधुसूदन' असं म्हणाले।।१।।

गीतार्थ : मागील अध्यायात आपण पाहिलं, की अर्जुनाच्या मोहग्रस्त मनाने कशाप्रकारे त्याची बुद्धी भ्रमित केली होती. त्याचा युद्ध न करण्याचा निर्णय योग्य सिद्ध करण्यासाठी त्याच्या मनाने कसे निरनिराळे तर्क देऊन त्याने शस्त्र टाकून दिलं. श्रीकृष्ण खरंतर अर्जुनाचे सारथी होते. परंतु या अध्यायापासून त्यांची भूमिका बदलली. या अध्यायापासून ते अर्जुनाचे मार्गदर्शक व गुरू बनले आणि अर्जुन शिष्य (साधक) बनला. मग मोहात गुरफटलेल्या दुःखी अर्जुनाला श्रीकृष्णाने योग्य मार्ग दाखवायला सुरुवात केली.

२-३

श्लोक अनुवाद : भगवान श्रीकृष्ण म्हणाले, 'हे अर्जुना, या भलत्याच वेळी हा मोह तुला कशामुळे उत्पन्न झाला? कारण हा थोरांनी आचरलेला नाही, स्वर्ग मिळवून देणाराही नाही आणि कीर्ती वाढवणाराही नाही.'।।२।।

म्हणून हे अर्जुना, षंढपणा पत्करू नकोस. हा तुला शोभत नाही. हे परंतपा, अंतःकरणाचा तुच्छ दुबळेपणा सोडून देऊन युद्धाला सज्ज हो।।३।।

गीतार्थ : श्रीकृष्ण अर्जुनाला विचारत आहेत, 'ऐन युद्ध सुरू करण्याच्या वेळीच असा व्यर्थ मोहात का अडकलास?' वास्तविक कौरवांनी बालपणापासूनच पांडवांबद्दल शत्रुत्वाची भावना बाळगलेली होती. वेळोवेळी त्यांच्यावर खूप अन्याय केला. अशा सर्व गोष्टींमुळेच त्यांच्याशी धर्मयुद्ध करणं आवश्यक झालं होतं. अर्जुनसुद्धा पांडवांच्या आणि श्रीकृष्णाच्या विचारपूर्वक घेतलेल्या या निर्णयाशी पूर्णपणे सहमत होता. कारण धर्माच्या पुनर्स्थापनेसाठी कौरवांशी युद्ध करण्याशिवाय अन्य कुठलाही उपाय नव्हता.

अध्याय २ : १-३

अर्जुन मुळातच योद्धा होता. यावेळी युद्ध करणं हे त्याचं कर्तव्य होतं. तसंच, तो सर्व प्रकारची मानसिक आणि इतर तयारी करून रणांगणावर उतरला होता. तरीही ऐन युद्धाच्या आधी नातेवाईक आणि गुरुजनांच्या मोहापायी त्याची बुद्धी विचलित झाली होती. म्हणूनच श्रीकृष्ण अर्जुनाला समजावत आहेत, 'एखादा योद्धा जर मनाच्या दुर्बलतेमुळे युद्धातून पलायन करू लागला, हार मानू लागला, तर जग त्याला पलायनवादी आणि भित्रा म्हणत त्याची निंदा करतं. त्याची नामुष्की होते. कारण त्याने त्याचं कर्तव्य व्यवस्थितपणे पार पाडलेलं नसतं. म्हणूनच यावेळी त्याने मोह सोडून कर्तव्य पूर्ण करायला हवं.'

● **मनन प्रश्न :**

१. तुम्ही स्वतःचे विविध मोह ओळखू शकता का? उदाहरणार्थ, सुविधांचा मोह, खाण्याचा मोह, नात्यांमधला मोह... इत्यादी. तुमच्या मोहामुळे होणाऱ्या हानीबद्दल मनन करा.

२. मोहात गुंतल्यामुळे किती वेळा तुमचे निर्णय चुकीचे सिद्ध झाले आहेत, यावर मनन करा.

भाग २
अर्जुनाची ज्ञानयाचना
॥ ४-१० ॥

अध्याय २

अर्जुन उवाच

कथं भीष्ममहं सङ्ख्ये द्रोणं च मधुसूदन । इषुभिः प्रतियोत्स्यामि पूजार्हावरिसूदन।।४ ।।

गुरूनहत्वा हि महानुभावा- ञ्छ्रेयो भोक्तुं भैक्ष्यमपीह लोके । हत्वार्थकामांस्तु गुरूनिहैव भुंजीय भोगान्रुधिरप्रदिग्धान् ।।५ ।।

न चैतद्विद्मः कतरन्नो गरीयो- यद्वा जयेम यदि वा नो जयेयुः। यानेव हत्वा न जिजीविषाम- स्तेऽवस्थिताः प्रमुखे धार्तराष्ट्राः।।६ ।।

कार्पण्यदोषोपहतस्वभावः पृच्छामि त्वां धर्मसम्मूढचेताः। यच्छ्रेयः स्यान्निश्चितं ब्रूहि तन्मे शिष्यस्तेऽहं शाधि मां त्वां प्रपन्नम् ।।७ ।।

न हि प्रपश्यामि ममापनुद्या-द्यच्छोकमुच्छोषणमिन्द्रियाणाम् । अवाप्य भूमावसपत्रमृद्धं-राज्यं सुराणामपि चाधिपत्यम्।।८ ।।

संजय उवाच

एवमुक्त्वा हृषीकेशं गुडाकेशः परन्तप । न योत्स्य इतिगोविन्दमुक्त्वा तूष्णीं बभूव ह।।९ ।।

तमुवाच हृषीकेशः प्रहसन्निव भारत। सेनयोरुभयोर्मध्ये विषीदंतमिदं वचः ।।१० ।।

४–५

श्लोक अनुवाद : अर्जुन म्हणाला, 'हे मधुसूदना, युद्धात मी भीष्म पितामहांच्या आणि द्रोणाचार्यांच्या विरुद्ध बाणांनी कसा लढू? कारण हे अरिसूदना, ते दोघेही मला पूज्य आहेत।।४।।

म्हणून या महानुभाव गुरुजनांना न मारता मी या जगात भिक्षा मागून खाणंही कल्याणकारक समजतो. कारण गुरुजनांना मारूनही मी या लोकात रक्ताने माखलेले अर्थ व कामरूप भोगच भोगणार ना?।।५।।

गीतार्थ : यावेळी अर्जुनाची मनःस्थिती अत्यंत दयनीय आहे. कारण शत्रुपक्षात अर्जुनाला पूजनीय आणि आदरणीय असलेल्या गुरू द्रोणाचार्य आणि भीष्म पितामह यांसारख्या व्यक्तीही आहेत. त्यामुळे गुरूंवर कसा बरं प्रहार करू? यापेक्षा मोठं पाप ते कोणतं! त्यांना ठार मारून जरी काही प्राप्त झालं, तरी त्याचा काय लाभ? असे विचार अर्जुनाला दुर्बल करत असतात. आजच्या समजेनुसार त्याने असा विचार करणंदेखील पापच आहे. अर्जुनाची सद्यःस्थिती पाहता कुणालाही तो योग्यच बोलत आहे, असंच वाटेल. परंतु उच्च दृष्टिकोनातून पाहिल्यावर लक्षात येईल, की यावेळी त्याच्या आणि धृतराष्ट्राच्या अवस्थेत काहीही फरक नाही. धृतराष्ट्राने पुत्रांच्या मोहात गुंतून आपल्या योग्य कर्तव्याचं पालन केलं नाही आणि अर्जुन गुरुजनांच्या (शिक्षकांच्या) आणि नातेवाइकांच्या मोहपाशात गुंतून कर्तव्यापासून परावृत्त होत आहे.

६–७

श्लोक अनुवाद : 'युद्ध करणं आणि न करणं या दोहोंपैकी श्रेष्ठ काय, किंवा आम्ही त्यांना जिंकू की ते आम्हाला जिंकतील, हेही आम्हाला माहीत नाही. ज्यांना मारून आम्हाला जगण्याचीही इच्छा नाही, तेच आमचे बांधव–धृतराष्ट्रपुत्र आमच्या विरुद्ध उभे आहेत।।६।।

भ्याडपणामुळे ज्याचा मूळ स्वभाव नाहीसा झाला आहे आणि ज्याचं चित्त धर्माविषयी मोहित झालं आहे, निर्णय घेण्यात ज्याची बुद्धी असमर्थ आहे, असा मी

अध्याय २ : ८-९

तुम्हाला विचारत आहे, की जे साधन खात्रीने कल्याणकारक आहे, ते मला सांगा. कारण मी तुमचा शिष्य आहे. म्हणून तुम्हाला शरण आलो आहे. कृपया, मला उपदेश करा.'।।७।।

गीतार्थ : यावेळी अर्जुन खूप अस्वस्थ आहे. त्याचा विवेक काही वेगळं सांगत आहे आणि मन भलतंच काही सांगत आहे. त्यांच्यात अजिबात ताळमेळ नाही. अशा द्विधा मनःस्थितीत तो श्रीकृष्णाला शरण जातो. हे त्याचं पहिलं योग्य पाऊल आहे. मनुष्य जेव्हा अशा मानसिक द्वंद्वात अडकतो, तसंच त्याला योग्य काय आणि अयोग्य काय याविषयी निर्णय घेणं कठीण जातं, तेव्हा त्याने स्वतःच्या मनाचं न ऐकता गुरूंना शरण जायला हवं. त्याचबरोबर त्यांनी दिलेल्या ज्ञानाचा उपयोग करून समस्या सोडवायला हवी. कारण अज्ञानात व्यक्तीचा दृष्टिकोन संकुचित बनतो. मात्र, गुरू दूरदृष्टीने योग्य मार्ग दाखवतात. अर्जुनानेही तेच केलं. तो साधक बनून श्रीकृष्णाला शरण गेला आणि त्याने स्वतःसाठी योग्य मार्ग सुचवण्याची विनंती केली.

८-९

श्लोक अनुवाद : कारण, पृथ्वीचं शत्रुरहित व धनधान्यसमृद्ध राज्य मिळालं किंवा देवांचं स्वामित्व जरी मिळालं, तरी माझ्या इंद्रियांचा शोक दूर करू शकेल, असा उपाय मला दिसत नाही.।।८।।

संजय म्हणाले, हे राजा, निद्रेवर ताबा असणाऱ्या अर्जुनाने अंतर्यामी श्रीकृष्णांना एवढं बोलून 'मी युद्ध करणार नाही,' असं स्पष्टपणे सांगून तो शांत बसला.।।९।।

गीतार्थ : एक न्यायाधीश आहे. एके दिवशी त्याचा मोठा भाऊच अपराधी बनून समोर येतो. कायद्यानुसार न्यायाधीशाने त्याला फाशीची शिक्षा द्यावी लागणार आहे. परंतु आता न्यायाधीश जर असा विचार करू लागला, की

आपल्याच भावाच्या मृत्यूला कारणीभूत ठरण्यापेक्षा मी ही नोकरी सोडणंच अधिक चांगलं! माझ्या हातून माझ्याच भावाचा जीव घेणारी नोकरी काय कामाची? तसंही मी बरीच वर्षं नोकरी केली. आता काहीतरी अध्यात्म, सत्संग करतो... परमेश्वराच्या मार्गावर चालतो... अशा विचाराला तुम्ही काय म्हणाल? हे दैवी प्रेम नसून आपल्या कर्तव्याशी बेइमानी, आपल्या जबाबदाऱ्यांपासून पलायन करणं आहे, हे एक अयोग्य कर्मच नव्हे का? यावेळी अर्जुनाची स्थितीसुद्धा त्या न्यायाधीशासारखीच झाली आहे. तो आपलं कर्तव्य समजून न घेता वारंवार युद्ध टाळण्याविषयीच बोलत आहे.

१०

श्लोक अनुवाद : हे भरतवंशी धृतराष्ट्र, अंतर्यामी भगवान श्रीकृष्ण दोन्ही सैन्यांच्या मध्यभागी शोक करणाऱ्या त्या अर्जुनाला हसत हसत म्हणाले।।१०।।

गीतार्थ : या श्लोकापासून श्रीकृष्ण अर्जुनाला त्याची गीता सांगायला प्रारंभ करत आहेत. युद्धाच्या या कठीण प्रसंगी अर्जुन विचलित आहे, तर श्रीकृष्ण 'स्व'स्थित होऊन स्थिरचित्त आहेत. म्हणूनच ते हसत हसत गीता ऐकवत आहेत.

कोणताही मनुष्य जगात सुरू असलेल्या ईश्वरीय खेळाला खेळ म्हणून पाहू शकला, तर तो यश मिळालं तरी आणि पराभवानंतरही हसत राहील... तो श्रीकृष्णाप्रमाणे सदैव प्रसन्नचित्त राहील आणि जो या खेळाला जीवन-मरणाचा प्रश्न मानून त्यात अडकेल, तो अर्जुनाप्रमाणे दुःखी होईल. अर्जुनाचा (साधकाचा) कृष्ण (सेल्फ) बनण्याचा प्रवास या श्लोकापासूनच सुरू होत आहे.

अध्याय २ : १०

● मनन प्रश्न :

१. कोणताही निर्णय घेताना तुम्ही किती दूरवरचा (long term angle) विचार करता? अर्थात किती दूरदृष्टी बाळगता?

२. सद्यःस्थितीत कोणत्या घटना, व्यक्ती, शरीरावर येणारे अनुभव किंवा विचार तुमची समस्या बनत आहेत? ती समस्या ओळखा.

३. तुम्ही त्या समस्येशी आसक्त होऊन दुःखी होत आहात का? दुःखी होत असाल तर त्यापासून अनासक्त होऊन, ग्रे क्षेत्रात जाऊन तिच्या प्रत्येक पैलूवर मनन करा.

भाग ३
सांख्ययोग प्रारंभ
|| ११-२५ ||

अध्याय २

श्री भगवानुवाच

अशोच्यानन्वशोचस्त्वं प्रज्ञावादांश्च भाषसे । गतासूनगतासूंश्च नानुशोचन्ति पण्डिताः ।।११ ।।

न त्वेवाहं जातु नासं न त्वं नेमे जनाधिपाः । न चैव न भविष्यामः सर्वे वयमतः परम् ।।१२ ।।

देहिनोऽस्मिन्यथा देहे कौमारं यौवनं जरा । तथा देहान्तरप्राप्तिर्धीरस्तत्र न मुह्यति।।१३ ।।

मात्रास्पर्शास्तु कौन्तेय शीतोष्णसुखदुःखदाः। आगमापायिनोऽनित्यास्तांस्तितिक्षस्व भारत।।१४ ।।

यं हि न व्यथयन्त्येते पुरुषं पुरुषर्षभ। समदुःखसुखं धीरं सोऽमृतत्वाय कल्पते ।।१५ ।।

नासतो विद्यते भावो नाभावो विद्यते सतः । उभयोरपि दृष्टोऽन्तस्त्वनयोस्तत्वदर्शिभिः।।१६ ।।

अविनाशि तु तद्विद्धि येन सर्वमिदं ततम् । विनाशमव्ययस्यास्य न कश्चित्कर्तुमर्हति ।।१७ ।।

अन्तवन्त इमे देहा नित्यस्योक्ताः शरीरिणः । अनाशिनोऽप्रमेयस्य तस्माद्युध्यस्व भारत।।१८ ।।

य एनं वेत्ति हन्तारं यश्चैनं मन्यते हतम् । उभौ तौ न विजानीतो नायं हन्ति न हन्यते ।।१९ ।।

न जायते म्रियते वा कदाचि- न्नायं भूत्वा भविता वा न भूयः। अजो नित्यः शाश्वतोऽयं पुराणो- न हन्यते हन्यमाने शरीरे ।।२० ।।

वेदाविनाशिनं नित्यं य एनमजमव्ययम्। कथं स पुरुषः पार्थ कं घातयति हन्ति कम् ।।२१ ।।

वासांसि जीर्णानि यथा विहाय नवानि गृह्णाति नरोऽपराणि। तथा शरीराणि विहाय जीर्णा- न्यन्यानि संयाति नवानि देही।।२२ ।।

नैनं छिन्दन्ति शस्त्राणि नैनं दहति पावकः। न चैनं क्लेदयन्त्यापो न शोषयति मारुतः।।२३ ।।

अच्छेद्योऽयमदाह्योऽयमक्लेद्योऽशोष्य एव च। नित्यः सर्वगतः स्थाणुरचलोऽयं सनातनः।।२४ ।।

अव्यक्तोऽयमचिन्त्योऽयमविकार्योऽयमुच्यते। तस्मादेवं विदित्वैनं नानुशोचितुमर्हसि ।।२५ ।।

११-१३

श्लोक अनुवाद : भगवान श्रीकृष्ण म्हणाले, 'हे अर्जुना, ज्यांचा शोक करू नये, अशा लोकांसाठी तू शोक करतोस आणि विद्वानांसारखा युक्तिवाद करतोस. परंतु ज्यांचे प्राण गेले आहेत किंवा ज्यांचे प्राण गेले नाहीत, त्यांच्यासाठीही विद्वान माणसं कधी शोक करत नाहीत.'।।११।।

मी एखाद्या काळात नव्हतो, किंवा तूही नव्हतास, अथवा हे राजे लोकही नव्हते असं नाही. शिवाय, यापुढे आपण सर्वजण असणार नाही, असंही नाही।।१२।।

जसं, जीवात्म्याच्या या शरीरात आधी बालपण येतं, मग तारुण्य आणि शेवटी वार्धक्य येतं, त्याचप्रमाणे दुसऱ्या शरीराचीही प्राप्ती होते. मात्र, याविषयी धीर पुरुषांना मोह निर्माण होत नाही।।१३।।

गीतार्थ : या श्लोकात श्रीकृष्णाने अर्जुनाला असं रहस्य सांगितलं, ज्यात जीवाच्या (मनुष्य) जन्म-मृत्यूचं संपूर्ण रहस्य दडलेलं आहे. या युद्धात सर्व प्रियजन मारले जातील, या विचाराने अर्जुन युद्धाला नकार देत आहे. त्याच्या म्हणण्यानुसार माणसाचा मृत्यू म्हणजे त्याच्या जीवनाचा शेवट असतो. म्हणूनच तो खूप दुःखीकष्टी होत आहे. कारण त्याला आपल्या सग्यासोयऱ्यांच्या मृत्यूला कारणीभूत ठरायचं नाही.

इथे तुमच्यासाठी एक प्रश्न आहे, मृत्यूविषयी तुम्ही काय विचार करता? तुमच्या मते मृत्यू म्हणजे काय? 'मृत्यू' हा शब्द उच्चारताच तुमच्यासमोर कोणती प्रतिमा उभी राहते? तुमच्यात कोणते भाव निर्माण होतात? मृत्यूविषयी तुम्ही कधी योग्य पद्धतीने मनन केलं आहे काय? जर या विषयावर तुमचं सखोल मनन झालं, तर ते तुमच्यासाठी मुक्तीचं द्वार खुलं करू शकतं.

सामान्यतः लोक मृत्यूविषयी बोलायलासुद्धा घाबरतात. इतकंच नव्हे, तर मृत्यू या शब्दाचीदेखील त्यांना भीती वाटते. एखाद्याच्या तोंडून, अरेरे! मी मेलो, असं चुकूनही निघालं, तरी त्याचे प्रियजन घाबरतात. न जाणो तोंडातून निघालेला शब्द खरा ठरला तर! वास्तविक प्रत्येक शरीराचा मृत्यू ही एक सत्य आणि अटळ

अध्याय २ : ११-१३

अवस्था आहे, हे सर्वजण जाणतात. प्रत्येक शरीरधारी जीव यातून जाणारच असतो. तरीही सर्वांना हे सत्य विसरून जीवन जगायचं असतं. अर्जुनाचा मृत्यूविषयीचा भ्रम दूर करण्यासाठी श्रीकृष्ण त्याला जीवन-मृत्यूचं रहस्य सांगत आहेत, की कुणाच्याही मृत्यूचा शोक करण्याची गरज नाही. कारण कुणीही जन्माला येत नाही किंवा कुणाचाही मृत्यू होत नाही. जन्म आणि मृत्यू केवळ अवस्थेतील परिवर्तन आहे. एखादा जिवंत आहे असं जेव्हा आपण म्हणतो, तेव्हा त्याचं शरीर चांगल्या स्थितीत आहे, कार्यरत आहे, असा त्याचा अर्थ होतो.

मनुष्य आईच्या गर्भात सूक्ष्म अवस्थेत असतो. जन्माला आल्यावर त्याला शिशूच्या रूपात ओळखलं जातं. हळूहळू त्याची वाढ होते. मग ते बालक तारुण्यावस्थेत पदार्पण करतं आणि शेवटी तो वृद्धावस्था प्राप्त करतो. जगात माणसाचं अस्तित्व त्याच्या शरीरावरूनच ओळखलं जातं. काही कारणास्तव ते शरीर काम करणं, हालचाल करणं कायमस्वरूपी बंद करतं, तेव्हा त्या माणसाचा मृत्यू झाला असं आपण म्हणतो.

वास्तविक मृत्यू फक्त त्या मनुष्याच्या भौतिक देहाचा होतो, मनुष्याचा नाही. शरीर सोडल्यावरसुद्धा मनुष्य जिवंत असतो. इतकंच नव्हे, तर अधिक शक्तिशाली आणि ऊर्जावान असतो. त्याचं जीवन संपत नाही. त्याच्या भावना, विचारशक्ती, समज, संस्कार किंवा सवयी जिवंतपणी जशा असतात तशाच राहतात. त्याचा पुढील प्रवास हा त्याने पृथ्वीवर केलेलं कर्म, पूर्वग्रह, भावना आणि विचारांवर अवलंबून असतो.

मृत्यूचा भ्रम निर्माण होण्याचं कारण म्हणजे आपल्या स्थूल डोळ्यांमध्ये केवळ स्थूल शरीर पाहण्याचीच क्षमता असते. मनुष्य स्थूल शरीर सोडतो, तेव्हा त्याचा मृत्यू झाला, असं आपण समजतो. कारण आपण नंतर त्याला पाहू शकत नाही.

एका उदाहरणाद्वारे हे समजून घेऊ या. समजा, आपण एखाद्याला

अध्याय २ : ११-१३

रेल्वे स्टेशनवर ट्रेनमध्ये बसवलं आहे. गाडी सुरू झाल्यावर तो आपल्याला आणि आपण त्याला बायबाय करतो. हळूहळू गाडीची गती वाढते आणि तो मनुष्य दिसेनासा होतो. अशावेळी आपण त्याचा मृत्यू झाला असं म्हणतो का? नाही. कारण त्याचा प्रवास सुरू आहे, हे आपण जाणत असतो. फक्त आपण पाहू शकत नाही एवढंच! नंतर आपण फोन आणि पत्राच्या साहाय्याने त्याच्याशी संपर्कही साधतो. हीच गोष्ट मृत्यूच्या संदर्भातसुद्धा लागू होते. मृतकाची यात्रा सूक्ष्म शरीरासह पुढेही सुरू असते. मात्र आपण शरीर सोडलेल्या मनुष्याशी संपर्क साधू शकत नाही, त्याच्याशी बोलू शकत नाही, केवळ हीच समस्या आहे. तो आपल्याला सांगू शकत नाही, की मी पुढच्या टप्प्यात पोहोचलो असून येथे मजेत आहे. मात्र आपण त्याला मृत समजून रडत राहतो, शोक व्यक्त करत राहतो.

खरंतर स्थूल शरीराची मर्यादा स्थूल जगापुरतीच (आपल्याला दिसणारं जग) मर्यादित आहे. त्यापलीकडील सूक्ष्म जग आपण आपल्या सामान्य दृष्टीने पाहू शकत नाही. तसं पाहता जगात काही लोकांकडे असं तंत्र किंवा सिद्धी आहेत, ज्याद्वारे मृत समजल्या जाणाऱ्या जिवंत (सूक्ष्म शरीरधारी) व्यक्तींशी बोलता येऊ शकतं. असं केलंही जात आहे. परंतु हे खूप दुर्लभ आहे आणि वैज्ञानिकदृष्ट्या प्रमाणित नाही. त्यामुळे सामान्यतः मनुष्याच्या शरीराचा मृत्यू हा मनुष्याचाच मृत्यू मानलं जातं.

श्रीकृष्णाने अर्जुनाला या आभासी मृत्यूचं रहस्य सांगायला सुरुवात केली आहे. जेणेकरून त्याने युद्धात होणाऱ्या शरीरांच्या मृत्यूंना खरा मृत्यू समजू नये आणि शोकाकुल होऊ नये.

पुढे श्रीकृष्ण अर्जुनाला हेसुद्धा सांगतात, असा कोणताच काळ नाही, जेव्हा तू, मी आणि इतर सर्व नव्हते. शिवाय पुढेही असं होणार नाही, की आपण सर्व नसू. अर्थात, आपल्या सर्वांचं अस्तित्व नेहमी होतंच, आताही आहे आणि पुढेदेखील असणार आहे. कारण प्रत्यक्षात मृत्यू नावाची गोष्टच

अस्तित्वात नाही. आपलं अस्तित्व कधीच संपुष्टात येत नाही. असं का? यासंबंधी सखोल माहिती तुम्ही हळूहळू यापुढील श्लोकांद्वारे समजून घेऊ शकाल.

१४-१५

श्लोक अनुवाद : हे कुंतीपुत्रा, थंडी-उष्णता, सुख-दुःख देणारे इंद्रियांचे विषयांशी संयोग तर उत्पत्ती-विनाशशील आणि अनित्य आहेत. म्हणून हे भारता, ते तू सहन कर.।।१४।।

कारण हे श्रेष्ठ पुरुषा, सुख-दुःख समान मानणाऱ्या ज्या धीर पुरुषाला हे इंद्रिय आणि विषय यांचे संयोग व्याकूळ करत नाहीत, तो मोक्षाला पात्र ठरतो.।।१५।।

गीतार्थ : सदर श्लोकात श्रीकृष्ण अर्जुनाला स्थूल शरीर आणि त्याद्वारे अनुभवता येणाऱ्या विषयांच्या नश्वरतेविषयी समजावत आहेत. तुम्ही तुमच्या सामान्य जीवनात पाहिलंच असेल, की शरीर आणि त्याची इंद्रियं (नाक, कान, डोळे, त्वचा, जीभ) यांद्वारे घेतलेले अनुभव क्षणिक असतात. ते अधिक काळ टिकत नाहीत.

समजा, तुम्ही जास्त वेळ उन्हात उभे राहिलात तर तुमच्या शरीराला उष्णता जाणवेल. मग वातानुकूलित खोलीत येऊन बसल्यावर थोड्याच वेळात तुमचं शरीर सामान्य होईल. कदाचित काही वेळातच तुम्हाला थंडी वाजेल. एखादा चटपटीत पदार्थ खाल्ल्यावर जिभेवर स्वाद रेंगाळेल आणि मन आनंदी होईल. परंतु न आवडणारी भाजी खावी लागली, तर चव आणि मूड दोन्हीही बिघडतील.

तुम्ही कधी याचं निरीक्षण केलं आहे का? जेव्हा तुम्ही एखादा खेळ किंवा क्रिकेट मॅच पाहता, तेव्हा कितीतरी वेळा सुख-दुःखाच्या हिंदोळ्यावर झुलत असता. तुमच्या आवडत्या संघाच्या खेळाडूने षटकार

अध्याय २ : १४-१५

मारताच आनंदाने उड्या मारता, तो खेळाडू बाद होताच निराश होता. काही वर्षांपूर्वीची एखादी घटना आठवा, जेव्हा तुम्ही खूप दुःखी झाला असाल. उदाहरणार्थ, एखाद्या आवडत्या व्यक्तीचा विरह सहन करावा लागला, एखादं नुकसान झालं किंवा एखादी दुर्घटना घडली असेल... आता जरा विचार करा, जुन्या काळातील त्या घटनेसाठी तुम्ही त्यावेळी जितके दुःखी झाला असाल, तितकंच आजही होता का? निश्चितच त्या दुःखाची तीव्रता आता कमी झालेली असेल.

खरं म्हणजे माणसाला सुखी किंवा दुःखी होण्यासाठी कुठल्या घटनेची आवश्यकता नसते. एक फोन कॉलसुद्धा त्याचा मूड बदलायला पुरेसा असतो. तात्पर्य, शरीराच्या संवेदना आणि मानसिक, भावनिक अवस्था सदैव बदलत असतात. म्हणूनच श्रीकृष्ण अर्जुनाला समजवतात, की तो ज्या मानसिक उद्वेगांतून जात आहे, ते परिवर्तनशील आहे. म्हणजेच ते आज आहे तर उद्या नसेल. ज्याप्रमाणे सागरात लाटा निर्माण होतात आणि काही क्षणात त्यातच विलीन होतात. मग पुन्हा नवीन लाटा निर्माण होतात... अगदी त्याचप्रमाणे मूड, मोसम, वातावरण, परिस्थिती बदलताच मनात निरनिराळ्या चांगल्या- वाईट विचारांची निर्मिती सुरूच असते. म्हणूनच अर्जुनाने त्यात गुंतू नये. तिकडे दुर्लक्ष करून आपल्या ध्येयाकडे लक्ष द्यावं आणि आपल्या कर्मात स्थिर राहावं.

पुढे श्रीकृष्ण अर्जुनाला सांगतात, 'जो मनुष्य सुख-दुःख, व्याकुळता, निराशा, हर्ष, उत्साह अशा वेगवेगळ्या मानसिक अवस्थांत विचलित न होता, अकंप राहून स्वतःचं कर्तव्य पार पाडतो, त्याची मोक्ष मिळण्याची, स्वानुभव प्राप्त करण्याची शक्यता वाढते. कारण स्वानुभव प्राप्त करण्यासाठी माणसाचं मन अकंप होणं आवश्यक आहे.' पुढे ही बाब तुम्ही सविस्तर जाणालच.

१६-१८

श्लोक अनुवाद : असत् वस्तूला अस्तित्व नाही आणि सत् वस्तूचा अभाव नसतो. अशा रीतीने या दोहोंचंही तत्त्व तत्त्वज्ञानी पुरुष जाणतात।।१६।।

ज्याने हे सर्व जग, दिसणाऱ्या सर्व वस्तू व्यापल्या आहेत, त्याचा नाश नाही, हे तू लक्षात ठेव. त्या अविनाशीचा नाश कोणीही करू शकत नाही।।१७।।

या नाशरहित, मोजता न येणाऱ्या, नित्यस्वरूप जीवात्म्यांची ही शरीरं नाशवंत आहेत, असं म्हटलं गेलं आहे. म्हणून हे भरतवंशी अर्जुना, तू युद्ध कर।।१८।।

गीतार्थ : स्थूलमानाने पाहिलं तर हे संपूर्ण जग दोन तत्त्वांनी तयार झालं आहे. पहिलं तत्त्व आहे 'सत्य', दुसरं आहे 'असत्य किंवा भ्रम'. चला तर मग, पहिल्या 'सत्य' तत्त्वावर चर्चा करू या. सत्य तत्त्व म्हणजे नेमकं काय, हे समजून घेऊ या.

या प्रश्नाचं उत्तर 'काहीच नाही' असं आहे. होय, 'काहीच नाही' हेच सत्य आहे. परंतु या 'काहीच नाही'मध्येच सर्व काही दडलेलं आहे. तुम्ही जर एखादी लहानशी बी फोडून पाहिली तर त्यातून काय मिळेल? तुम्ही म्हणाल, 'अरे! यात तर काहीच नाही. आता भलेही त्यात काही दिसत नसेल. परंतु वास्तव हे आहे, की एका बीमध्ये संपूर्ण पृथ्वी व्यापू शकेल इतकं घनदाट जंगल आहे. तुम्हाला जर विचारलं, 'संपूर्ण सृष्टी निर्माण होण्याच्या आधी काय अस्तित्वात होतं?' तर अर्थातच तुम्ही म्हणाल, 'काही नाही'. वास्तविक त्या 'काही नाही'च्या गर्भातूनच संपूर्ण सृष्टीची निर्मिती झाली.

एका माणसाचा चालता बोलता अचानक मृत्यू झाला. त्याच्या पोस्टमॉर्टममधूनही काहीच निष्पन्न झालं नाही. सर्वकाही आपापल्या जागेवर व्यवस्थित होतं, काहीही कमी-जास्त नव्हतं. मग त्याच्या शरीरातून असं

काय गेलं, ज्यामुळे त्या सजीवाचं शवात रूपांतर झालं? त्याच्या शरीरातून 'काहीच नाही' गेलं; पण ते 'काहीच नाही' हेच त्या माणसासाठी सर्वकाही होतं, त्याला चालवत होतं. तात्पर्य, हे 'काही नाही' अप्रकट आहे. आपल्याला दिसत नाही म्हणून ते 'काहीच नाही' असं समजू नये. त्या 'काही नाही'मध्येच 'सर्वकाही' आहे.

हे 'काही नाही' या संपूर्ण ब्रह्मांडाची एकमात्र जीवित शक्ती (चैतन्य) आहे. त्याच एका शक्तीमुळे सर्व ब्रह्मांड चाललं आहे. प्रत्येक सजीव आणि निर्जीव, सूक्ष्म आणि स्थूल, प्रकट (जे समोर आलं आहे ते) आणि अप्रकट (जे अजून अदृश्य आहे ते) या सर्वांमध्ये तीच एक जीवित शक्ती आहे. तीच शक्ती प्रत्येक वस्तूच्या मागे आणि मध्येसुद्धा आहे. अर्थात, तीच शक्ती विविध प्रकारे एकत्रित होऊन वस्तूंना मूर्त रूप देऊन चालवत आहे. त्या शक्तीला आपण 'तरंग' किंवा 'ऊर्जा' (एनर्जी) असंही म्हणू शकतो. ती नेहमी आपल्या मूळ स्वरूपात राहूनदेखील अन्य रूपांतही आभासित होत असते. 'लेजर शो'मध्ये लेजर किरणांनी अशी हुबेहूब दृश्यं तयार केली जातात, जणू काही ती खरीखुरी आणि सजीव असावीत. परंतु तुम्हाला माहीत असतं, की ते लेजर किरणांचं आभासी रूप आहे.

उदाहरणार्थ - एक जमीन, त्यावर एक घर, या घरातील प्रत्येक वस्तू, जसं- टीव्ही, सोफा, भांडी, गाडी इत्यादी. तसंच घरात येणारं पाणी, हवा, सूर्यप्रकाश, घरात राहणाऱ्या व्यक्तींची शरीरं आणि त्या शरीरांत चालणारे विचार... सर्वकाही केवळ त्या तरंग किंवा ऊर्जेची वेगवेगळी रूपं आहेत. आता तर विज्ञानानंही सिद्ध केलं आहे, की प्रत्येक पदार्थ मुळात एक तरंग आहे. अर्थात, संपूर्ण ब्रह्मांड मुळात एक तरंग किंवा एनर्जीच आहे, जी कधीच नष्ट होत नाही, तिचा विनाश होत नाही. तिला परिवर्तित करता येऊ शकतं. मात्र, नष्ट करता येऊ शकत नाही. त्याविषयी श्रीकृष्ण म्हणतात, 'नाशरहित असलेल्या तिला (चेतना) तू जाण, ज्यामुळे हे संपूर्ण जग दृश्यवर्ग व्याप्त आहे. अर्थात, प्रत्येक ठिकाणी फक्त तेच चैतन्य आहे.

विज्ञानाने आजच्या काळात पदार्थाचं विघटन करून हे सत्य जाणलं. मात्र अनेक महापुरुष, संत, योगी होऊन गेले. त्यांनी ध्यान समाधीद्वारे शेकडो वर्षांपूर्वीच हे सत्य प्रकाशात आणलं, की जगाच्या या खेळामागे एकच परमशक्ती आहे. ती बाहेर आहे तसंच आपल्या अंतरंगातही आहे. या परमशक्तीला जाणण्याच्या अनुभवालाच 'स्वानुभव', 'आत्मसाक्षात्कार', 'स्वबोध', 'बुद्धत्व' असं म्हटलं गेलं आहे.

या तरंगाला किंवा शक्तीला कोणतंही नाव, आकार, आरंभ किंवा अंत नाही, ती कायम आहे आणि अनुभवाने जाणताही येऊ शकते. एखादी गोष्ट स्वानुभवाने जाणल्यानंतर इतरांना सांगायची असल्यास कशी सांगणार? तिला कोणत्या नावाने संबोधित कराल, तिच्या रूपाचं आणि गुणांचं वर्णन कसं करणार?

मनुष्य शब्दांची भाषा जाणतो. म्हणूनच आत्मसाक्षात्कारी संतांनी त्या तरंगाला (अनुभवाला) स्वतःची भाषा, वातावरण आणि समज यांनुसार वेगवेगळी नावं दिली. जसं - महातरंग, परमसत्ता, परमचैतन्य, महाशून्य, सत्य, परमसत्य, अंतिम सत्य, एकम्, तेजम्, नूर, अनहद नाद, ॐ (ओम्), दिव्य ऊर्जा, सुप्रीम पॉवर, सुप्रीम सोल (परम आत्मा), परमात्मा, ईश्वर, सेल्फ, ब्रह्म, परब्रह्म, स्वसाक्षी, अल्लाह, गॉड... इत्यादी.

अर्जुनाला समजावताना श्रीकृष्ण या शक्तीला 'आत्मा' शब्दाने संबोधतात. यालाच ते सत्य, अविनाशी, अनंत, अमर असंही म्हणत आहेत. परंतु आपण येथे या एकमात्र परमशक्तीसाठी 'आत्मा' शब्द वापरणार नाही. कारण या शब्दाचे मनुष्याने आपापल्या बुद्धीनुसार वेगवेगळे अर्थ लावले आहेत. ते याला भूत-प्रेत किंवा नकारात्मक शक्तीही समजू शकतात. म्हणूनच आपण आत्मा शब्दाऐवजी सेल्फ किंवा चेतना या शब्दांचा उपयोग करणार आहोत.

१९-२०

श्लोक अनुवाद : जो या आत्म्याला मारणारा समजतो, तसेच जो हा (आत्मा) मेला असे मानतो, ते दोघेही अज्ञानी आहेत. कारण हा आत्मा वास्तविक पाहता कोणाला मारतही नाही आणि कोणाकडून मारलाही जात नाही।।१९।।

हा आत्मा कधी जन्मतही नाही आणि मरतही नाही. तसंच तो एकदा उत्पन्न झाल्यावर पुन्हा उत्पन्न होत नाही. कारण तो अजन्मा, नित्य, सनातन आणि प्राचीन आहे. शरीर मारलं गेलं, तरी हा आत्मा मारला जात नाही।।२०।।

गीतार्थ : श्रीकृष्ण अर्जुनाला समजावून सांगत आहेत, हा आत्मा (सेल्फ, परमचैतन्य) कधीही जन्माला आला नव्हता किंवा त्याचा मृत्यूही होणार नाही. तो कायम होता आणि कायम राहील. हे झालं अविनाशी 'सत्य' तत्त्व. मग आता प्रश्न असा आहे की नाशवंत असणारं 'असत्य' तत्त्व कोणतं? यांपैकी आपण कोण? सत्य की असत्य?

'सेल्फ'ने जेव्हा सृष्टी निर्माण केली नव्हती, तेव्हा तो अव्यक्त आणि अप्रकट होता. ती त्याची निराकार अवस्था होती. मात्र, सेल्फला स्वतःला जाणून घेण्याची इच्छा होती, तो 'स्व'चा अनुभव घेऊ इच्छित होता. आपली प्रशंसा करून आनंद आणि आश्चर्य यांची अनुभूती घेण्याची त्याची इच्छा होती. त्यासाठी त्याने माया निर्माण केली आणि तो एकाऐवजी दोनात विभागला गेला. जसं, माया आणि मायापती (सेल्फ), पुरुष व प्रकृती, शिव व शक्ती, लीला व लीलाधर... अशाप्रकारे तुम्ही याला कोणतंही नाव द्या.

माया सेल्फचीच लीला आहे. सेल्फ जेव्हा 'सेल्फ इन रेस्ट' असतो, तेव्हा तो निराकार ईश्वर असतो. 'सेल्फ इन ॲक्शन' असतो, तेव्हा ती ईश्वराची क्रियाशीलता असते. हीच माया, लीला, प्रकृती, शक्ती, मोहिनी इत्यादी नावांनी ओळखली जाते. याठिकाणी अत्यंत महत्त्वपूर्ण व समजून

अध्याय २ : १९-२०

घेण्यासारखं रहस्य हे आहे, की प्रत्यक्षात सेल्फ एकाचे दोन झालेला नाही, तर त्याने फक्त दोन झाल्याचा भ्रम निर्माण केला. हा भ्रमच मायेचं रूप आहे आणि हेच वास्तव आहे. माया असं एक असत्य तत्त्व आहे, ज्याचं कोणतंही अस्तित्व नसून ते केवळ जाणवतं. शिवाय ते खूप वास्तविक आणि खरं भासतं. गुरूंकडून ऐकताना, समजून घेताना, ज्ञान प्राप्त करत असताना सारं आयुष्य व्यतीत होतं, तरीही मनुष्य या मायाजालाच्या भ्रमातून बाहेर निघू शकत नाही. परमेश्वर इतका कुशल रचनाकार आहे, ज्यायोगे त्याने भ्रमालादेखील सत्यापेक्षा जास्त विश्वसनीय बनवलं!

मायेचा विस्तार इतका मोठा आहे, की माणसाच्या सामान्य बुद्धीला तिचा थांगपत्ता लागत नाही, किनारा सापडत नाही. म्हणून तुम्ही आता केवळ इतकंच लक्षात घ्या, आपल्याला जे जे दिसत आहे; हा संसार, अंतरिक्ष, चंद्र-सूर्य, ग्रह-तारे, आपण सर्व जीवजंतू, निसर्ग इत्यादी मायेचाच एक छोटा अंश आहे. आपले विचार, भावना, शरीर, क्रियाकर्म सर्वकाही मायेतच समाविष्ट आहे. निसर्गाचे सर्व नियम, जीवन-मृत्यू, भाग्य, कर्म इत्यादींचे नियम, सर्व कला, विज्ञान, विद्या हे मायेचेच एक भाग आहेत... जे सेल्फ नसून सर्व मायाच आहे.

जसं, चित्रपटगृहात पडद्यावरील दृश्यं आणि त्यातील पात्रं खरीच वाटतात, एकमेकांशी बोलतात, भांडतात, गातात. परंतु चित्रपट निर्माता, दिग्दर्शक आणि प्रेक्षकांना माहीत असतं, हे सर्व खोटं, दिखाऊ आहे; फक्त मनोरंजनासाठी निर्माण केलेला हा भ्रम आहे. या उदाहरणातील चित्रपट म्हणजेच माया आहे. त्यात सगळं जग आणि पात्रं समाविष्ट आहेत. चित्रपटाच्या पात्रातील व्यक्ती (जीव) आहेत, ज्या स्वतःला वास्तव मानतात. या चित्रपटाचा निर्माता परमेश्वर आहे. त्याने सर्जनशीलता, आनंद, आश्चर्य, प्रशंसा यांचा अनुभव घेण्यासाठी या महान चित्रपटाची निर्मिती केली आहे.

यासाठीच श्रीकृष्ण अर्जुनाला समजवतात, 'या युद्धात जे जे सुरू

आहे, ती सर्व ईश्वरीय लीला आहे. कुणीही मरत नाही किंवा जन्मालाही येत नाही. वास्तवात जो जिवंत आहे तो कायमस्वरूपी राहीलच. केवळ माया निर्माण व नष्ट होत राहील. जगात ज्याला या सत्याचा बोध झाला, तो कुणाच्या जन्माने आनंदीही होत नाही आणि एखाद्याच्या देहत्यागानं दुःखीही होत नाही.'

२१-२२

श्लोक अनुवाद : हे पृथापुत्र अर्जुना, जो पुरुष हा आत्मा नाशरहित, नित्य, अजन्मा आणि न बदलणारा आहे हे जाणतो, तो कुणाला कसा मारेल किंवा कुणाच्या मृत्यूला कारणीभूत कसा ठारेल?।।२१।।

ज्याप्रमाणे माणूस जुनी वस्त्रं टाकून देतो आणि नवी वस्त्रं धारण करतो, त्याचप्रमाणे जीवात्मा जुन्या शरीरांचा त्याग करून दुसऱ्या नव्या शरीरात प्रवेश करतो।।२२।।

गीतार्थ : श्रीकृष्ण अर्जुनाला समजवतात, 'संपूर्ण सृष्टीत एकच चैतन्य आहे. तेच विविध रूपं धारण करत आहे, एकच चैतन्य वेगवेगळ्या शरीरांशी संलग्न होऊन व्यक्तीविशेष बनते. शिवाय, ती नाशरहित असल्याने कोणत्याही मनुष्याचा (चैतन्याचा) नाश होत नाही.'

मग आता प्रश्न असा निर्माण होतो, की सर्व मनुष्यांमध्ये एकच चैतन्य आहे, तर त्यांचे आचार आणि विचार समान का नाहीत? ते सर्व तर एकमेकांच्या झेरॉक्स कॉपीप्रमाणे समान असायला हवेत. तरीही सर्व लोक एकमेकांपेक्षा वेगळे का आहेत? त्यांची स्वतःची वेगळी ओळख, जीवनात भिन्नता का आहे?

याचं प्रमुख कारण म्हणजे माणसाचा सूक्ष्म अहंकार. म्हणजेच त्याच्या अंतर्यामीचा अहंपणा, अहंभाव. मायेच्या प्रभावामुळे त्याच्यात 'मी'चा भाव निर्माण होतो आणि तो स्वतःला त्या सर्वव्यापी चैतन्यापेक्षा (सेल्फपेक्षा)

वेगळं मानू लागतो. तो स्वतःची खरी ओळख (मी तोच सेल्फ आहे) विसरून स्वतःला शरीर समजून जीवन जगू लागतो. तो स्वतःला इतरांपेक्षा वेगळा, खरा, वास्तविक आणि आत्मनिर्भर मानू लागतो. अहंकारामुळेच तो इतरांविषयी रागाची, द्वेषाची, प्रतिस्पर्ध्याची भावना बाळगतो.

रस्त्यावरून जाणाऱ्या एखाद्या माणसाला जर सांगितलं, की 'तू केवळ भ्रममात्र आहेस, एक स्वप्न आहेस,' तर तो तुम्हाला वेडं समजून पुढे निघून जाईल. हे वास्तव असूनही तो असं करेल. कारण मायेच्या प्रभावामुळेच मनुष्य आपली खरी ओळख विसरून अमर्याद (सेल्फ) असूनही मर्यादित बनला आहे. त्याची इंद्रियं जे दाखवतात, तेच त्याच्या दृष्टीने सत्य असतं. त्याची विचारसरणीदेखील तितकीच सीमित आहे, जितकी त्याच्या मनाची झेप आहे. त्याचे भाव, वाणी, विचार व कर्म मायेतच भरकटतात आणि तो ते पार करू शकत नाही. तो स्वतःला स्वतःपासून वेगळ्या नावाने ओळखायला लागतो. जसं – हरविंदर, सतीश, ओम, कुलकर्णी, जोसेफ, इकबाल, मारिया वगैरे.

वास्तविक हे जग आणि त्यात चाललेलं कामकाज, ही त्या चैतन्याचीच लीला आहे. शरीराच्या माध्यमातून स्वतःला विसरून तीच जगरहाटी चालवायची आणि पुन्हा स्वतःला ओळखायचं, असा खेळ खेळत आहे. मनुष्याचा अंतिम उद्देश स्वतःची (चैतन्याची) खरी ओळख करून घेणं हा आहे. स्वतःचा खरा परिचय करून घेणं आहे. जो मनुष्य चेतना आणि जीवन स्वानुभवाने जाणेल, त्याच्यासाठी शरीराचा मृत्यू हा मृत्यू राहत नाही. केवळ अवस्थेचं परिवर्तन असतं, ज्यासाठी तो नेहमीच तत्पर असतो. हेच रहस्य समजवण्यासाठी श्रीकृष्ण अर्जुनाला म्हणतात, 'कुणी मरत नाही आणि कुणी मारूही शकत नाही. कारण दोन्ही बाजूंना चैतन्य आपली भूमिका पार पाडत असतं. मनुष्य ज्याप्रमाणे एक वस्त्र उतरवून दुसरं परिधान करतो, त्याचप्रमाणे हे चैतन्यदेखील एक शरीर सुटल्यावर दुसरं शरीर धारण करतं आणि नव्या भूमिकेत जाऊन पुढील प्रवास सुरू करतं.

२३-२५

श्लोक अनुवाद : या आत्म्याला शस्त्रं कापू शकत नाहीत, विस्तव जाळू शकत नाही, पाणी भिजवू शकत नाही आणि वारा वाळवू शकत नाही.।।२३।।

कारण हा आत्मा अविनाशी, अनभिज्ञ आणि निखालस शुद्ध (खरा) आहे. तसंच हा आत्मा नित्य, सर्वव्यापी, अचल, स्थिर राहणारा आणि सनातन आहे.।।२४।।

हा आत्मा अव्यक्त आहे, अचिंत्य (अचिंतनीय) आहे आणि हा विकाररहित आहे, असं म्हटलं जातं. म्हणून हे अर्जुना, हा आत्मा वर सांगितल्याप्रमाणे जाणून तू शोक करणं योग्य नाही, हे तू लक्षात घे.।।२५।।

गीतार्थ : श्रीकृष्ण अर्जुनाला पुन्हा मनुष्याची खरी ओळख पटवून देत म्हणतात, वास्तविक आपण जे आहोत (self) त्याचा मृत्यू होण्याचा प्रश्नच उद्भवत नाही. कारण त्याला जाळता येत नाही किंवा त्याला शस्त्रांनी नष्टही करता येत नाही. त्यावर पाणी, हवा, आग, शस्त्र वगैरे कोणत्याही बाह्य गोष्टींचा प्रभाव पडू शकत नाही.

हे चैतन्य अचिंतनीय आहे. अर्थात, मायेत गुरफटलेल्या आपल्या सीमित बुद्धीत इतकं सामर्थ्यही नाही, की ती त्या असीम विस्तृत परमचैतन्याचं चिंतन करू शकेल. ते केवळ अनुभवाद्वारेच जाणलं जाऊ शकतं. हा अनुभव प्राप्त करण्यासाठी माणसाला सत्यश्रवण, वाचन, मनन, सेवा, भक्ती, ध्यान इत्यादी मार्गांचं अनुसरण करावं लागतं. गुरूंच्या आज्ञेत राहावं लागतं. आपल्या मनाला प्रशिक्षण द्यावं लागतं. मन जेव्हा मरतं म्हणजेच मनुष्य जेव्हा अहंकारशून्य होतो, तेव्हाच त्या परमचैतन्याचा अनुभव येऊ शकतो.

हे चैतन्य अव्यक्त असल्याने ते आपल्या चर्मचक्षूंनी दिसत नाही, कारण ज्ञानचक्षूंनीच ते पाहता येऊ शकतं. मनुष्याला जेव्हा ज्ञानदृष्टी प्राप्त होते, तेव्हाच त्याला प्रत्येकात चैतन्याचं दर्शन होऊ लागतं. त्याची बुद्धी

अध्याय २ : २३-२५

तुझं-माझं, मी-तू असा भेदभाव करणं बंद करते. त्याच्यासाठी सारं जग चैतन्यमय होऊन जातं.

श्रीकृष्ण या चैतन्याला विकाररहित असंही संबोधतात. कारण विकारांचं घर म्हणजे अहंकाराने भरलेलं मन आहे. तिथे काम, क्रोध, मोह, ईर्ष्या, निराशा... इत्यादी विकार जोपासले जातात. चैतन्य या मनापलीकडे आहे. म्हणूनच ते पूर्णपणे शुद्ध आहे. मन याला स्पर्शही करू शकत नसल्यामुळे कोणताही विकार त्याच्यापर्यंत पोहोचू शकत नाही.''

अर्जुनाने हे परमचैतन्याचं तत्त्व समजून घ्यावं आणि सर्व शरीरांमध्ये तेच पाहावं, अशी श्रीकृष्णाची इच्छा आहे. असं झाल्यानंतर त्याचे सर्व विकार जसं - मोह, द्वेष आणि दुःख संपुष्टात येईल.

● मनन प्रश्न :

१. तुमच्यात मृत्यूशी संबंधित अशा कोणत्या धारणा आहेत, ज्याची तुम्हाला भीती वाटते? मृत्यूविषयीचं सत्य समजल्यानंतर तुमच्यात कोणतं परिवर्तन घडलं?

२. तुम्ही काही मिनिटं तुमच्या अंतरंगात सुरू असलेल्या विचारांना, भावनांना, शरीरावर जाणवणाऱ्या संवेदनांना कोणतंही लेबल न लावता केवळ साक्षीभावनेने पाहा.

३. आपण आपल्या कथांमधून किती प्रमाणात मुक्त झाला आहात, यावर मनन करा.

४. तुम्ही सर्वोच्च ज्ञानाचा उपयोग निम्नस्तरावर कधी कधी करता?

भाग ४
मरणोत्तर जीवनयोग
॥ २६-२८ ॥

अध्याय २

एअथ चैनं नित्यजातं नित्यं वा मन्यसे मृतम् । तथापि त्वं महाबाहो नैवं शोचितुमर्हसि ।।२६ ।।

जातस्त हि ध्रुवो मृत्युर्ध्रुवं जन्म मृतस्य च। तस्मादपरिहार्येऽर्थे न त्वं शोचितुमर्हसि।।२७ ।।

अव्यक्तादीनि भूतानि व्यक्तमध्यानि भारत । अव्यक्तनिधनान्येव तत्र का परिदेवना।।२८ ।।

२६-२८

श्लोक अनुवाद : तू जरी आत्म्याला नेहमी जन्मणारा किंवा नेहमी मरणारा, असं मानत असशील, तरीसुद्धा हे महाबाहो! तू अशा रीतीने शोक करणं योग्य नाही।।२६।।

कारण या धारणेनुसार जन्माला आलेल्याचा मृत्यू अटळ आहे आणि मेलेल्याचा जन्मही निश्चित आहे. म्हणून या उपाय नसलेल्या गोष्टींविषयीही तू शोक करणं योग्य नाही।।२७।।

हे अर्जुना, सर्व प्राणी जन्मापूर्वी अप्रकट होते आणि मेल्यानंतरही अप्रकट होणार आहेत. केवळ या मधल्या काळातच प्रकट असतात. मग अशा स्थितीत शोक करणं कितपत योग्य आहे?।।२८।।

गीतार्थ : अर्जुनाचा शोक दूर करण्यासाठी श्रीकृष्ण त्याला सर्वतोपरी समजावण्याचा प्रयत्न करत आहेत, 'जीव हा मूळरूपात आत्मा आहे, तो अजर-अमर, अविनाशी आहे. तुझा जरी यावर विश्वास नसला किंवा जीव जन्माला येतो आणि मृत्यू पावतो असं तू समजत असशील, तरीही तू दुःखी होऊ नकोस. कारण अशा रीतीने प्रत्येक जीवाचा जन्म आणि मृत्यू निश्चित आहे. तू मारलं किंवा मारलं नाहीस तरीही तुझे नातलग, स्नेही हे कधी ना कधीतरी मरणारच आहेत. तू त्यांचा मृत्यू टाळू शकत नाहीस.

श्रीकृष्ण अर्जुनाला सांगत आहेत, 'एखादा जीव जितका काळ स्थूल शरीरात असतो, तितक्या काळापुरताच आपल्याला दिसू शकतो. त्या जिवाला आपण जन्माआधी किंवा मृत्यूनंतर पाहू शकत नाही. पण याचा अर्थ असा नाही, की जन्माआधी किंवा मृत्यूनंतर तो जीव अस्तित्वात नाही. खरंतर जन्मल्यानंतरही आपण खरा जीव प्रत्यक्ष पाहू शकत नाही. आपल्याला फक्त त्याचं बाह्यरूपच दिसत असतं, त्यालाच आपण शरीर म्हणतो.' हे तर असं झालं ना, की एखाद्या स्त्रीने डोक्यापासून पायापर्यंत बुरखा घेतल्याने मुलं तिला चालता फिरता बुरखाच समजू लागतात.

स्थूल शरीराची तुलना तुम्ही एखाद्या इमारतीशीही करू शकता. इमारती

तयार होतात, त्यांचा वापर होतो आणि जीर्ण झाल्यावर त्या पाडल्या जातात. अर्थात, पुनर्निर्माणकार्यात काही सामग्री पुन्हा उपयोगात येते. अशाच प्रकारे आजकाल माणसाचे कित्येक अवयव जसं- डोळे, किडनी, हृदय इत्यादींचं प्रत्यारोपण केलं जातंय.

मनुष्याचा जन्म म्हणजे शरीराची निर्मिती आणि मृत्यू म्हणजे फक्त शरीराचाच विनाश आहे, जीवाचा नाही. कारण जीवाला जसा जन्म नाही तसाच मृत्यूही नाही. त्याच्या आत असलेलं जीवन म्हणजेच परमेश्वर अमर आहे.

चला तर मग, आता आपण माणसाच्या शरीरातील चैतन्य किती आवरणांमध्ये दडलेलं आहे ते जाणून घेऊ या.

प्रत्येक व्यक्तीकडे चार आवरणं म्हणजेच चार शरीरं असतात. पहिलं स्थूल शरीर (जे आपण पाहू शकतो), दुसरं प्राणमयी शरीर (श्वासांचं शरीर), तिसरं मनमयी शरीर (विचार करणारं शरीर), चौथं कारण शरीर (भावनात्मक शरीर) या सर्वांच्या आत केंद्रस्थानी स्थापित चैतन्याला (सेल्फला) पाचवं शरीर आणि मूळ गाभा असं संबोधलं जाऊ शकतं, जे इतर आवरणांना नियंत्रित करतं. सर्व शरीरातील हा पाचवा गाभा- चैतन्यासमान आहे. अर्थात, सर्व जीव मूलतः एकाच चैतन्याची शरीरं आहेत.

तथाकथित भौतिक मृत्यूनंतर माणसाची दोन बाह्य आवरणं म्हणजे स्थूल शरीर आणि प्राणमयी शरीर नष्ट होतात. परंतु सूक्ष्म शरीराचा (उर्वरित तीन आवरणांच्या शरीरासह) प्रवास सुरूच असतो. आपल्या मर्यादित शक्तींमुळे आपण सूक्ष्म शरीर पाहू शकत नाही. त्यामुळे आपण विचार करतो, की मनुष्याचा मृत्यू झाला आहे. आपण गाढ झोपेत असताना बऱ्याच वेळा आपलं सूक्ष्म शरीर, शरीराबाहेर जाऊन सर्वत्र फिरून येतं. त्यामुळेच एखादं नवीन ठिकाण पाहिल्यावर लोकांना असं वाटतं, की यापूर्वीही आपण येथे आलेलो आहोत. वास्तविक त्या ठिकाणी ते कधीच गेलेले नसतात.

अध्याय २ : २६-२८

तीन आवरणांच्या शरीरातही अहंकार जागृत असतो. अज्ञानवश तो स्वतःला चैतन्यापेक्षा वेगळं मानतो. असं सूक्ष्म शरीर सूक्ष्म जगतातही राहू शकतं किंवा पृथ्वीवर पुन्हा स्थूल शरीरही धारण करू शकतं. नक्की काय होईल, हे त्याच्या विचारांवर, वृत्तीवर आणि कर्मांवर अवलंबून असतं. सूक्ष्म जगतातील प्रवासासाठी मनुष्याचं ज्ञान (बोध) म्हणजेच समज हाच एकमात्र पासपोर्ट आहे. त्याचा पुढील प्रवास शांत, सुखद आणि आनंददायी असेल, की दुःखमय व समस्यांनी भरलेला असेल, हे हा पासपोर्टच निश्चित करतं.

यासाठीच जोवर तुम्ही पृथ्वीवर आहात, तोवर अधिकाधिक योग्य समज प्राप्त करून चुकीच्या धारणांपासून मुक्ती मिळवा. ज्यायोगे तुमचं वर्तमान जीवनदेखील सुधारेल आणि पुढील (मृत्यूनंतरचं) जीवनही आनंदी होईल. मनुष्याची दोन आवरणं म्हणजेच मनमयी शरीर आणि कारण शरीर निखळल्यावर केवळ चैतन्यच शिल्लक राहतं. असं झाल्यानंतर त्या शरीराशी बद्ध झालेलं चैतन्य अनंत चैतन्याशी एकरूप होऊन जातं. चैतन्य चैतन्यात विलीन होतं.

ज्ञान, ध्यान आणि भक्ती यांच्या साहाय्याने मनुष्य जिवंतपणीही शरीराची सर्व आवरणं भेदून चैतन्याप्रति जागृत होऊन त्याचा अनुभव घेऊ शकतो. यालाच स्वानुभव प्राप्त करणं (मोक्षप्राप्ती) म्हणतात.

अध्याय २ : २६-२८

● **मनन प्रश्न :**

१. तुमची पात्रता वाढावी यासाठी तुमची भक्ती आज कोणत्या स्तरापर्यंत पोहोचली आहे?

२. मनुष्याची खरी संपत्ती धन नसून ज्ञान (बोध) आहे आणि तीच पुढे उपयोगी पडेल, या गोष्टीशी तुम्ही कितपत सहमत आहात? ही समज वाढवण्यासाठी तुम्ही कोणती पावलं टाकू इच्छिता?

३. काही वेळ स्थिरचित्त ठेवून बसा आणि तुमच्या शरीराच्या सर्व आवरणांवर साक्षीभावाने ध्यान करा. सुरुवातीला काही मिनिटं स्थूल शरीराच्या संवेदना जाणून त्यानंतर श्वासावर लक्ष केंद्रित करा. मग विचारांना (मनमयी शरीराला) जाणा. त्यानंतर भावना जाणा. शेवटी या सर्वांपलीकडे असलेल्या सर्व काही जाणणाऱ्या त्या चैतन्याचा अनुभव घेण्याचा प्रयत्न करा.

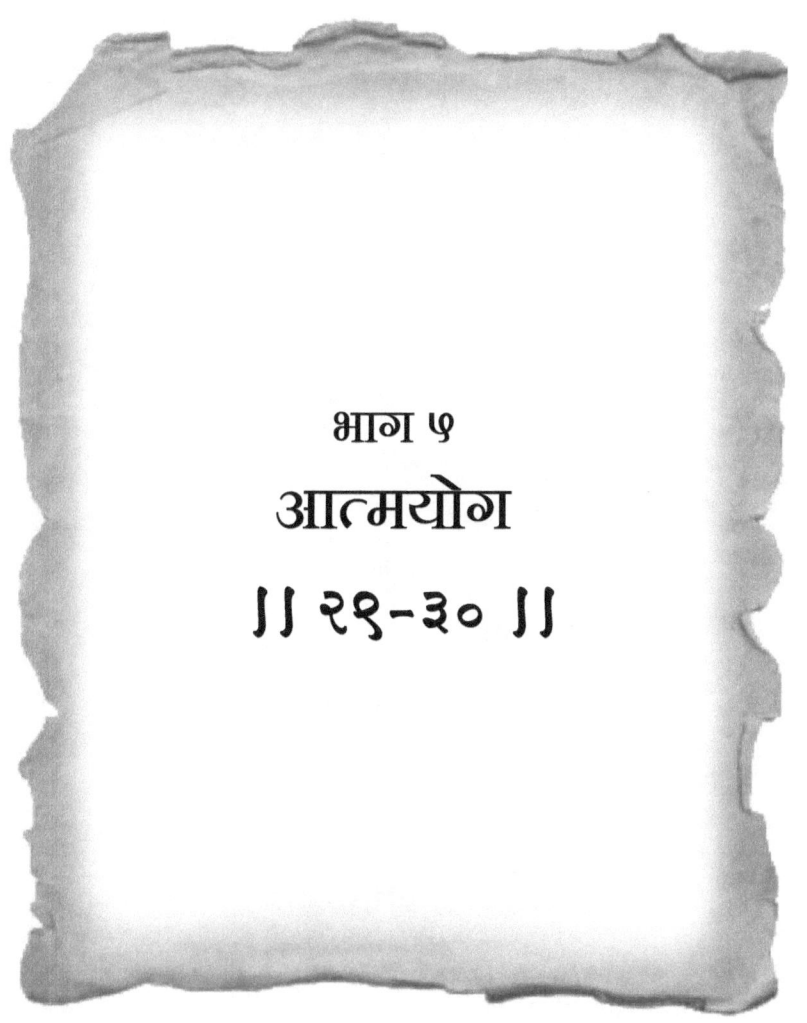

भाग ५

आत्मयोग

|| २९-३० ||

अध्याय २

आश्चर्यवत्पश्यति कश्चिदेन–माश्चर्यवद्वदति तथैव चान्यः ।

आश्चर्यवच्चैनमन्यः श्रृणोति श्रुत्वाप्येनं वेद न चैव कश्चित् ।।२९।।

देही नित्यमवध्योऽयं देहे सर्वस्य भारत ।

तस्मात्सर्वाणि भूतानि न त्वं शोचितुमर्हसि ।।३० ।।

२९-३०

श्लोक अनुवाद : एखादा महापुरुषच या आत्म्याला आश्चर्यचकित होऊन पाहतो आणि तसाच दुसरा एखादा महापुरुष या तत्त्वाचं आश्चर्यकारक वर्णन करतो. आणखी एखादा अधिकारी पुरुषच याच्याविषयी आश्चर्यजनकरीत्या ऐकतो आणि एखादा तर ऐकूनही याला जाणत नाही.।।२९।।

हे अर्जुना, हा आत्मा सर्वांच्या शरीरात नेहमीच अवध्य (ज्याचा कधीही वध होत नाही) असतो. यासाठीच सर्व प्राण्यांच्या बाबतीत तू शोक करणं योग्य नाही.।।३०।।

गीतार्थ : श्रीकृष्ण सांगताहेत, कोट्यवधी लोकांपैकी फारच कमी लोक असे आहेत, ज्यांना परमचैतन्याला जाणण्याचं ज्ञान मिळतं. तेच ज्ञान श्रीकृष्ण अर्जुनाला देत आहेत. खरंतर असं ज्ञान ऐकण्याची, समजून घेण्याची संधी मिळणं, हीच फार मोठी दैवी कृपा आहे. कारण अनुभवाने स्वतःला जाणून मुक्त होणं, हेच तर जीवनाचं अंतिम लक्ष्य आहे. अर्जुनाला हे ज्ञान श्रीकृष्णाकडून मिळालंय आणि तेच ज्ञान तुम्हाला गीतेद्वारे मिळत आहे.

पण यापैकीही सर्वच लोक हे ज्ञान जीवनात प्रत्यक्षात आचरणात आणत नाहीत. याचीदेखील अनेक कारणं असू शकतात. उदाहरणार्थ - प्रयत्नांची उणीव, मानसिक चंचलता, अहंकार, विश्वास आणि श्रद्धेची उणीव इत्यादी. तरीही जगात असे अनेक महापुरुष झालेले आहेत, ज्यांनी ध्यान-समाधी आणि भक्ती यांद्वारे स्वानुभव किंवा आत्मसाक्षात्कार प्राप्त केला आहे.

मात्र ज्यांनी हे परमसत्य जाणलं, त्यांपैकी काहींनी ते शब्दांत व्यक्त केलं. उदाहरणार्थ - 'एक नूर ते सब जग उपजा...' अर्थात, एकाच दिव्यप्रकाशातून संपूर्ण सृष्टी निर्माण झाली आहे. कुणी म्हणालं, 'अहं ब्रह्मास्मि' अर्थात 'मी तेच ब्रह्म आहे.' वेद-उपनिषदांमध्ये सांगितलं गेलं आहे, 'तत्त्वमसी' (तू तोच

आहेस), 'सोहम्' (मी तोच आहे), 'ॐ (ओम) तत् सत्' तीच परमशक्ती ॐ (ओम) हेच सत्य आहे. सर्वांच्या सांगण्याचा मथितार्थ असाच होता, की सर्व त्याच शक्तीपासून निर्माण झाले आहेत, मीसुद्धा तीच शक्ती आहे, तूसुद्धा तेच आहेस, सर्व तेच आहेत आणि तीच एकमात्र शक्ती सत्य आहे, बाकी सर्व मिथ्या आहे, आभासी आहे.

काहींनी तो अनुभव संगीतबद्ध करण्याचा प्रयत्न केला, तर काहींनी दोहे आणि श्लोकांमध्ये गुंफला. काहींनी त्या अनुभवाला सुंदर मूर्ती, चित्रांमधून साकारलं आणि त्यात चैतन्याचा परिचय व त्याच्या गुणांचे संकेत दडवून ठेवले. त्याबरोबर काही प्रसंग-कथा जोडल्या, धर्मग्रंथ आणि पुराण यांद्वारे त्यांचा प्रचार-प्रसार केला गेला, जेणेकरून ते एकेकाच्या हृदयात कोरले जावेत. त्यामागे हाच एक उद्देश होता, की कधी ना कधी एखादा भक्त अंतःकरणापासून त्या रूपांवर, प्रतीकांवर, कथांवर मनन करून त्यात दडलेल्या परमसत्याचं रहस्य उलगडेल.

परमचैतन्य समजण्यासाठी विविध मार्ग तयार केले गेले, जेणेकरून प्रत्येक मनुष्य आपल्या बुद्धीनुसार आणि आवडीनुसार मार्ग निवडून शेवटी स्वानुभवापर्यंत पोहोचावा. यासाठी अध्यात्मात अनेक मार्ग आहेत. जसं- ज्ञान, भक्ती, जप, तप, तंत्र, मंत्र, सेवा इत्यादी. आपल्यासाठी आपल्या पूर्वजांनी, आत्मसाक्षात्कारी लोकांनी सत्यप्राप्तीसाठी केलेल्या या सर्व व्यवस्था म्हणजे निश्चितच मानवजातीसाठी फार मोठी कृपा आहे.

मात्र, इतकी सगळी व्यवस्था असूनही सगळे लोक त्याचा लाभ घेऊ शकत नाहीत, ही खरोखरच खेदजनक बाब आहे. त्यांची भक्ती,

अध्याय २ : २९-३०

पूजापाठ वगैरे वरपांगी ठरतं. ते परमेश्वराला केवळ आपल्या इच्छापूर्तीचं साधन समजतात. देवाला प्रसन्न करण्यासाठी पूजा-पाठ, होम-हवन इत्यादी करतात. परंतु त्याला स्वानुभवाने जाणून घेत नाहीत. म्हणूनच श्रीकृष्ण म्हणतात, 'काही लोक ऐकूनही त्याला जाणू शकत नाहीत.'

'सेल्फ'च्या सर्वव्यापी, सर्वरूप असण्याचं सत्य श्रीकृष्ण पुन्हा एकदा सांगत आहेत. ते म्हणतात, 'सर्व प्राणी मुळात अमरच आहेत. त्यामुळे कुणाच्याही मृत्यूविषयी विचार करून दुःखी होण्याची आवश्यकताच नाही.'

अध्याय २ : २९-३०

● मनन प्रश्न :

१. आजवर ईश्वराविषयी तुमच्या कोणकोणत्या धारणा होत्या, त्याला प्रसन्न करण्यासाठी तुम्ही कोणकोणत्या मार्गांचा अवलंब करत होता? नवीन समज प्राप्त करून त्यात कोणतं परिवर्तन होईल?

२. आजपासून कोणत्याही कठीण परिस्थितीत तेजस्थानावर (मन आणि बुद्धी यांच्या मधोमध असलेलं सेल्फचं निवासस्थान) जाऊन मार्गदर्शन कसं प्राप्त कराल, यावर मनन करा.

३. कोणताही निर्णय घेताना तुमचा ईश्वरावर किती विश्वास असतो?

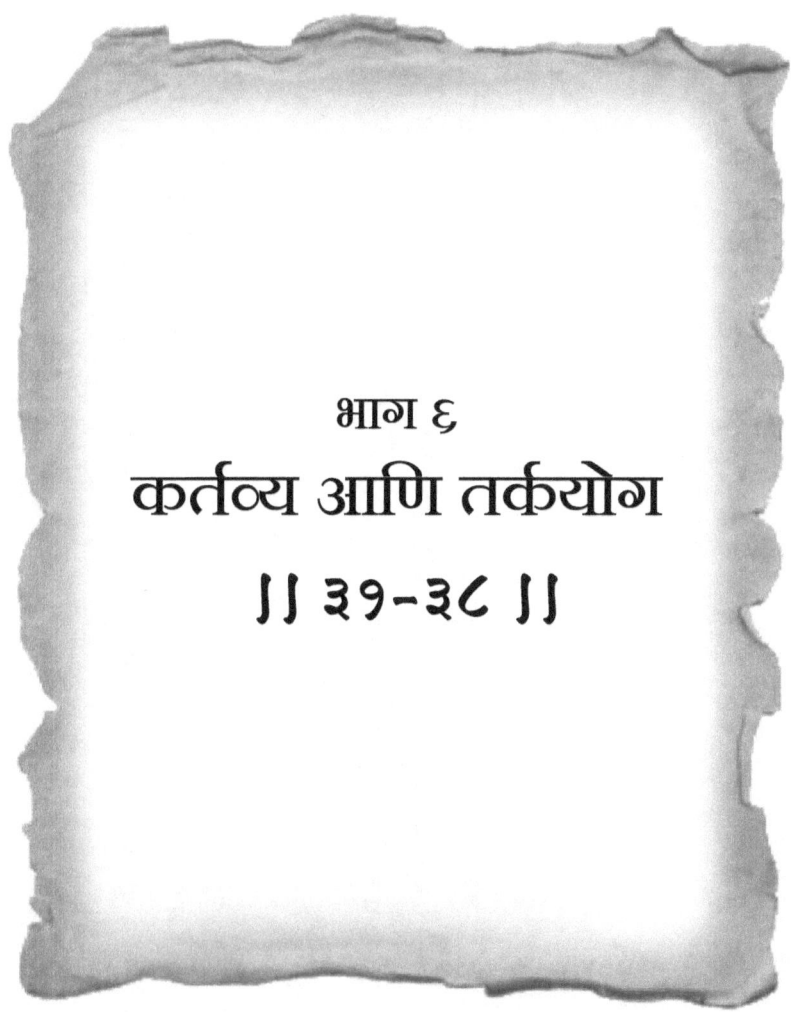

भाग ६
कर्तव्य आणि तर्कयोग
॥ ३१-३८ ॥

अध्याय २

(क्षत्रिय धर्म के अनुसार युद्ध करने की आवश्यकता की समझ)

स्वधर्ममपि चावेक्ष्य न विकम्पितुमर्हसि । धर्म्याद्धि युद्धाच्छ्रेयोऽन्यत्क्षत्रियस्य न विद्यते ।।३१।।

यदृच्छया चोपपन्नां स्वर्गद्वारमपावृतम्। सुखिनः क्षत्रियाः पार्थ लभन्ते युद्धमीदृशम्।।३२।।

अथ चेत्त्वमिमं धर्म्यं सङ्ग्रामं न करिष्यसि । ततः स्वधर्मं कीर्तिं च हित्वा पापमवाप्स्यसि ।।३३ ।।

अकीर्तिं चापि भूतानि कथयिष्यन्ति तेऽव्ययाम्।

सम्भावितस्य चाकीर्ति- र्मरणादतिरिच्यते ।।३४ ।।

भयाद्रणादुपरतं मंस्यन्ते त्वां महारथाः । येषां च त्वं बहुमतो भूत्वा यास्यसि लाघवम् ।।३५।।

अवाच्यवादांश्च बहून्वदिष्यन्ति तवाहिताः । निन्दन्तस्तव सामर्थ्यं ततो दुःखतरं नु किम् ।।३६।।

हतो वा प्राप्स्यसि स्वर्गं जित्वा वा भोक्ष्यसे महीम् । तस्मादुत्तिष्ठ कौन्तेय युद्धाय कृतनिश्चयः ।।३७ ।।

सुखदुःखे समे कृत्वा लाभालाभौ जयाजयौ । ततो युद्धाय युज्यस्व नैवं पापमवाप्स्यसि।।३८।।

३१-३२

श्लोक अनुवाद : आपला धर्म पाहूनही तू घाबरणं योग्य नाही. अर्थात, तू भ्यायला नको. कारण क्षत्रियासाठी धर्माला अनुसरून असलेल्या युद्धापेक्षा इतर दुसरं कोणतंही कल्याणकारक कर्तव्य नाही.।।३१।।

हे पार्था, आपोआप समोर आलेलं, उघडलेलं स्वर्गाचं द्वाररूप असं हे युद्ध भाग्यवान क्षत्रियांनाच लाभतं.।।३२।।

गीतार्थ : श्रीकृष्णाने अर्जुनाची व्याकुळता आणि दुर्बलता दूर करण्यासाठी सर्वप्रथम त्याला सर्वोच्च ज्ञान दिलं. असं ज्ञान, जे प्राप्त करण्यासाठी कित्येक लोकांनी संसाराचा त्याग केला, कठोर तपस्या केली; तेच आत्मज्ञान अर्जुनाला सहजपणे श्रीकृष्णाच्या मुखाद्वारे ऐकायला मिळालं. परंतु सर्वोच्च ज्ञान केवळ ऐकून घेणं पुरेसं नसतं, तर ते ग्रहण करण्याची तयारी असायला हवी. त्याचबरोबर साधकाची उपयुक्त पात्रतादेखील तयार व्हायला हवी, तरच ते ज्ञान त्याच्या जीवनात उपयुक्त ठरतं.

त्यावेळी अर्जुनाची पुरेशी तयारी नव्हती. म्हणूनच सर्वोच्च आत्मज्ञान ऐकूनही त्याची व्याकुळता दूर झाली नाही. त्यानंतरही त्याच्या मनात बरेचसे प्रश्न शिल्लक होते. म्हणून श्रीकृष्णाने त्याला वेगळ्या प्रकारे समजवायला सुरुवात केली. या वेळी त्यांनी अर्जुनाला कर्तव्याचा मार्ग सांगितला.

अर्जुन एक क्षत्रिय योद्धा होता. वेळप्रसंगी युद्ध करून आपल्या राज्यातील प्रजेचं आणि राज्याच्या हिताचं रक्षण करणं, हे त्याचं आद्यकर्तव्य होतं. कौरवांचा पक्ष अधर्म आणि अन्यायाचा होता, तर पांडवांचा पक्ष धर्म आणि न्यायाचा होता. म्हणून यावेळी युद्ध करून शत्रुपक्षाला पराजित करणं अर्जुनाचं आद्यकर्तव्य होतं. परंतु अज्ञानवश तो युद्धातून पलायन करत होता. म्हणून श्रीकृष्ण त्याला म्हणाले, 'क्षत्रियासाठी धर्मयुक्त युद्धापेक्षा श्रेष्ठ दुसरं कोणतंही कल्याणकारी कर्तव्य नाही.'

आत्मज्ञानाच्या दृष्टीने पाहिलं तर जगात जे काही सुरू आहे, ते म्हणजे केवळ ईश्वराचा खेळच आहे. तो खेळ असंख्य खेळाडू खेळत आहेत. मात्र प्रत्येक खेळाडूत एकमात्र तोच 'सेल्फ' आहे. समजा, एक बुद्धिबळाचा पट आहे आणि त्यावर रिमोट कंट्रोलवर चालणाऱ्या अनेक सोंगट्या आहेत. हा खेळ पाहणाऱ्याला वाटेल, की सोंगट्या आपोआप चालत आहेत आणि एकमेकांना मारत आहेत. मात्र, दोन्हीही बाजूंच्या सोंगट्या बाह्यरूपात एक मनुष्य चालवत असतो. त्याच्याच हातात सर्वांचा रिमोट कंट्रोल असतो. तो प्रेक्षकांना दिसू शकत नाही. कारण तो पडद्यामागे बसून आपलं काम करत असतो.

अशा प्रकारे जगातील प्रत्येक भूमिका ही सेल्फचीच आहे. त्या भूमिकेचं कर्तव्यसुद्धा सेल्फचंच कर्तव्य आहे. मुळात सेल्फ निराकार आणि अप्रकट आहे. त्यामुळे त्या भूमिका पार पाडण्यासाठी त्याने वेगवेगळे अभिनेते (मनुष्य) तयार केले. त्या मनुष्याला आपल्या भूमिकेविषयीची कर्तव्यं व्यवस्थित पार पाडता यावीत म्हणून त्याच्या अंगी काही खास गुण आणि स्वभाव यांचा अंतर्भाव केला.

एखादा मनुष्य मोठेपणी यशस्वी खेळाडू होणार असेल, तर त्याच्या मनात बालपणापासूनच खेळांबद्दल आकर्षण निर्माण होतं. शरीरात स्फूर्ती तयार होते. त्याच्यात खेळ शिकण्याची प्रबळ इच्छा, कौशल्य असतं. हळूहळू त्याला संधी मिळत जातात आणि तो पुढे-पुढे जात असतो. त्याचप्रमाणे काही मुलांच्या मनात लहानपणापासूनच सैन्यात जाऊन देशसेवा करण्याची महत्त्वाकांक्षा असते. काहींना इंजिनिअर व्हायचं असतं, तर काहींना कलाकार... तुम्ही काही प्रसिद्ध नृत्यकलाकारांच्या मातापित्यांची मुलाखत ऐकली तर ते सांगतील, 'याने तर चालायला शिकतानाच नृत्य करायला सुरुवात केली होती.'

तात्पर्य, प्रत्येक मनुष्याची जीवनात एक नियोजित भूमिका असते, एक दिव्य योजना असते... त्याने त्यानुसारच जीवन जगायला हवं. अर्जुन लहानपणापासूनच योद्धा बनण्याचं प्रशिक्षण घेत होता. तो त्या काळातला श्रेष्ठ धनुर्धर होता. त्याचे आचार-विचार योद्ध्यासमान होते. कितीतरी वेळा त्याने कौरवांचा अंत करायचं ठरवलं होतं. त्यांच्याशी लढून त्यांचा अंत करणं, हीच त्याच्या पृथ्वीवरील जन्माची भूमिका होती. हीच त्याची दिव्य योजना होती आणि हेच एकमात्र कर्तव्य होतं. प्रस्तुत श्लोकाद्वारे श्रीकृष्ण त्याला त्याच्या कर्तव्याची जाणीव करून देत आहेत.

३३-३४

श्लोक अनुवाद : जर तू हे धर्मयुक्त युद्ध केलं नाहीस, तर स्वधर्म आणि कीर्ती गमावून पापाचा धनी होशील॥३३॥

तसंच, सर्व लोक तुझी चिरकाल अपकीर्तीच करत राहतील आणि प्रतिष्ठित पुरुषाला अपकीर्ती मृत्यूपेक्षाही भयंकर वाटते॥३४॥

गीतार्थ : याआधीच्या श्लोकातून श्रीकृष्णाने अर्जुनाला समजावलं, की त्याने युद्ध करून आपल्या कर्तव्याचं पालन करणं आवश्यक आहे. आता ते अर्जुनाला कर्तव्याचं पालन न करण्याचे दुष्परिणाम सांगत आहेत. ज्यायोगे तो सखोल चिंतन (मनन) करून कर्तव्यपालनाचं महत्त्व समजू शकेल.

श्रीकृष्ण म्हणतात, 'तू कर्तव्यपालन केलं नाहीस तर स्वधर्म आणि कीर्ती गमावून पापाचा धनी होशील.' आता तुम्ही स्वतःला प्रश्न विचारा, की 'तुम्ही कोणत्या लोकांचा विशेष आदर करता? स्वतःचं काम संपूर्ण कौशल्याने आणि प्रामाणिकपणे करणाऱ्यांचा, की आपल्या कर्तव्यापासून पलायन करणाऱ्या लोकांचा?' या जगात स्वतःच्या कर्तव्याचं योग्य

रीतीने पालन करणाऱ्या लोकांनाच सन्मान लाभतो. अशा लोकांना अनेक पिढ्या लक्षात ठेवतात.

एक मनुष्य आपल्या विद्यार्थिदशेत कितीतरी शिक्षकांकडून शिकतो. मात्र, एक-दोन शिक्षकांचाच त्याच्या मनावर प्रभाव पडलेला असतो. त्या शिक्षकांनी त्यांच्या शिक्षकधर्माचं पालन पूर्ण निष्ठेनं आणि प्रामाणिकपणे केलेलं असतं. मनुष्य आपल्या मुलांनाही अशा शिक्षकांचं उदाहरण देतो.

यालाच कीर्ती म्हणतात, जी एखाद्या मनुष्याला आपलं कर्तव्य योग्य रीतीने पार पाडल्यानंतर मिळते. याउलट जे लोक आपलं कर्तव्य व्यवस्थित पार पाडत नाहीत किंवा त्यापासून पळ काढतात, त्यांना आयुष्यभर निंदानालस्तीला तोंड द्यावं लागतं. अशा लोकांना कोणीही मान-सन्मान देत नाही.

पुढे श्रीकृष्ण असंही सांगत आहेत, 'स्वधर्म टाळणं हे पापच आहे.' वास्तविक प्रत्येक कर्माचा काही ना काही परिणाम होतोच. करण्यायोग्य कर्म न केल्यास त्याचेही दुष्परिणाम प्राप्त होतातच. निंदा होणं, बदनामी होणं हे वाईट परिणाम तर लाभतातच, शिवाय तो मनुष्य आत्मग्लानी आणि अपराधीपणाच्या भावनेने ग्रस्त होतो. त्याच्या मनात कर्तव्य न पाळल्याबद्दलची खंत राहते, त्यातून बाहेर पडण्यासाठी तो कारणं शोधतो... कुतर्क करतो... त्यामुळे त्याची मनःशांती नष्ट होते. तो आयुष्यात असंतुष्ट राहून त्याच्या सवयी बिघडतात. मनःशांती नष्ट होणं, आत्मिक समाधान नसणं आणि चुकीच्या सवयी लागणं या गोष्टी म्हणजे जणू नरकसमानच आहेत.

आपल्या मौलिक जबाबदाऱ्या पूर्ण करणारा मनुष्य नेहमी आनंदी आणि समाधानी असतो. जणू तो स्वर्गातच विहार करत असतो. स्वर्ग आणि नरक इतरत्र कुठेही नसून आपल्या अंतरंगातच आहेत. या आपल्या

अध्याय २ : ३५-३६

मानसिक अवस्थाच आहेत. मोहग्रस्त, शोकाकुल अर्जुन आता मानसिक नरकच भोगत आहे.

३५-३६

श्लोक अनुवाद : ज्यांच्या दृष्टीत तू आधी अतिशय आदरणीय होतास, त्यांच्याच दृष्टीत आता तू तुच्छ ठरशील. ते महारथी लोक तू भिऊन युद्धातून काढता पाय घेतला, असं मानतील।।३५।।

तुझे शत्रू तुझ्या सामर्थ्याची निंदा करत तुला नको नको ते बोलतील. याहून अधिक दुःखदायक काय असेल?।।३६।।

गीतार्थ : श्रीकृष्णाने प्रथम अर्जुनाला आत्मज्ञान देऊन त्याचा मोह आणि दुःख दूर करण्याचा प्रयत्न केला. परंतु आता ते अर्जुनाच्या स्वभावानुरूप ज्ञान देत आहेत. अर्जुन त्या काळातला श्रेष्ठ योद्धा होता. तो विश्वविख्यात नेमबाज म्हणून ओळखला जात होता. त्याने फिरत्या माशाचा डोळा भेदून द्रौपदी स्वयंवर जिंकलं होतं. म्हणून त्याचे विरोधक त्याला घाबरत होते. तो अत्यंत सन्मानित योद्धा होता.

अर्जुन श्रीकृष्णाप्रमाणे आत्मज्ञानात स्थापित झालेला योद्धा नव्हता, त्यामुळे साहजिकच त्याच्यात श्रेष्ठत्वाचा अहंकारदेखील असणार. म्हणूनच श्रीकृष्ण अर्जुनाला समजावत आहेत, 'तुझ्यासारखा सन्मानित योद्धा जर न लढता पलायन करू लागला, तर लोक तुला भित्रा, पळपुटा समजू लागतील. तुझा घोर अपमान होईल. तो तू सहन करू शकशील का? नाही... कारण तू एक योद्धा आहेस. ज्याच्यासाठी मानापमान समान आहेत असा कुणी तपस्वी किंवा संन्याशी नाहीस, त्यामुळे लोकांचे टोमणे ऐकण्यापेक्षा तू वीर योद्ध्याप्रमाणे युद्ध कर.

अन्यथा हे असं होईल, समजा, एखाद्या विश्वविख्यात खेळाडूचे

अध्याय २ : ३५-३६

अनेक चाहते आहेत. वर्तमानपत्रांत व नियतकालिकांत त्याची खूपच स्तुती होत आहे. टीकाकारांच्या मते त्याच्यासारखा खेळाडू शतकांत एकदाच जन्माला येतो. आता ऑलिंपिकच्या दरम्यान ज्या दिवशी त्याच्या देशाला सर्वश्रेष्ठ कामगिरीची सर्वाधिक आवश्यकता असते, त्याच दिवशी तो एखाद्या नकारात्मक विचारामुळे स्पर्धेत सहभागी झाला नाही, तर काय होईल बरं?

एकाच दिवसात तो खेळाडू संपूर्ण देशासाठी हिरोचा झीरो बनेल. कारण त्याच्या वैयक्तिक कारणामुळे देशाला मानहानी पत्करावी लागली. हे अपयश त्याचं एकट्याचं नव्हे, तर संपूर्ण देशाचं ठरलं. कित्येक लोकांचा अपेक्षाभंग झाला. तसंच, त्याला पात्र बनवण्यासाठी ज्या ज्या लोकांनी सहकार्य केलं होतं, त्या सर्वांचे कित्येक वर्षांचे प्रयत्न व्यर्थ गेले. उदाहरणार्थ - प्रशिक्षक, आई-वडील, त्याचे प्रायोजक इत्यादी. आतापर्यंत जे लोक, नियतकालिकं, वर्तमानपत्रं त्याची सतत स्तुती करत असत, ते आता निंदा करू लागतात. सातत्याने होणाऱ्या घोर अवमानामुळे त्याचं जीवन नरकमय (नरकात राहणाऱ्या प्राण्यांसारखं) बनतं... त्याचा आत्मविश्वास धुळीस मिळतो. तो पुन्हा कधीच ते शिखर गाठू शकत नाही.

थोडक्यात, त्या खेळाडूचा दोष कोणता होता? केवळ इतकाच, की नेमक्या वेळी त्याने त्याचं कर्तव्य पार पाडलं नाही. काही लोक असे असतात, ज्यांनी त्यांचं कर्तव्य योग्यवेळी वा योग्यप्रकारे केलं नाही तरी फारसं नुकसान होत नाही. जसं - एखाद्या दिवशी नोकराने साफसफाई व्यवस्थित केली नाही, तरी विशेष फरक पडत नाही. मात्र एखाद्या बसड्रायव्हरने गाडी चालवताना थोडा जरी बेजबाबदारपणा केला, तर अनेक लोकांना जीव गमवावा लागू शकतो. काही लोक इतक्या महत्त्वाच्या पदावर असतात किंवा त्यांची जबाबदारी इतकी महत्त्वाची असते, की

त्यांच्या कर्तव्यातील थोडासा कसूर संपूर्ण देशाला किंवा विश्वाला घातक ठरू शकतो. अशा प्रभावशाली व्यक्तीला त्याचं काम करताना अत्यंत जागरूक राहण्याची गरज असते.

त्या विश्वविख्यात खेळाडूप्रमाणेच अर्जुनसुद्धा असाच एक योद्धा होता, ज्याच्या पलायनामुळे संपूर्ण पांडव पक्षाचा पराभव झाला असता. म्हणून श्रीकृष्ण त्याला समजावण्याचा प्रयत्न करत होते.

३७-३८

श्लोक अनुवाद : युद्धात मारला गेलास तर तू स्वर्गात जाशील, अथवा युद्धात जिंकलास तर पृथ्वीचं राज्य भोगशील. म्हणून हे कुंतीपुत्र अर्जुना, तू युद्धाचा निश्चय करून उभा राहा।।३७।।

जय-पराजय, फायदा-तोटा आणि सुख-दुःख समान मानून युद्धाला तयार हो. अशा रीतीने युद्ध केलंस तर तुला पाप लागणार नाही।।३८।।

गीतार्थ : श्रीकृष्णाने अर्जुनाला आत्मज्ञान (तू शरीर नसून अमर असलेला 'सेल्फ' आहेस.) दिलं. मात्र ते ज्ञान अर्जुनामध्ये अनुभवाच्या स्तरावर उतरलं नव्हतं. अर्थात, तो अजूनही स्वतःला शरीर मानूनच विचार करत होता. श्रीकृष्णाला त्याची ही अवस्था माहीत होती. म्हणून श्रीकृष्ण अर्जुनाला म्हणाले, 'एकतर युद्धात तुला मरण आलं, तर तुला स्वर्गप्राप्ती होईल अथवा हा संग्राम जिंकून तू पृथ्वीचं राज्य भोगशील.'

तात्पर्य - अर्जुनाचं शरीर युद्धात नष्ट होईल. कारण त्याने कर्तव्यपालन करत आपल्या शरीराचा त्याग केला. त्यामुळे त्याच्या सूक्ष्म शरीराचा पुढील प्रवासही उत्तम होईल. तो सूक्ष्म जगतात उच्च स्तरावर जाईल किंवा शक्यता अशी आहे, की तो जिवंत राहून शत्रूंना पराजित करेल आणि पृथ्वीवरील पुढील जीवन आनंदाने व्यतीत करेल. युद्धातून

माघार घेऊन पृथ्वीवर अपमानित होऊन जगण्यापेक्षा हे दोन्ही मार्ग नक्कीच चांगले आहेत. असं म्हणून श्रीकृष्ण अर्जुनाला युद्धासाठी प्रेरित करू लागले.

यानंतर श्रीकृष्ण अर्जुनाला म्हणाले, 'युद्धानंतर तुझी दोन्ही बाजूंनी मुक्तीच आहे. त्यामुळे तू जय-पराजय, लाभ-हानी व सुख-दुःख समान मानून युद्धासाठी सज्ज हो.' लौकिक दृष्टीने पाहिलं तर श्रीकृष्ण अर्जुनाला यासाठीच सर्व सांगत आहेत की पराभव, हानी किंवा भीतीच्या विचारांनी मनुष्य संकुचित होतो. त्याची ऊर्जा आणि विवेकशक्ती क्षीण होऊ लागते. कोणत्याही प्रकारचे नकारात्मक विचार मनुष्याचं लक्ष विचलित करू शकतात. त्यामुळे कळत नकळत त्याच्याकडून चुका होत जातात.

याउलट लाभाचे, विजयाचे आणि सुखाचे विचार माणसात अधिकाधिक आत्मविश्वास निर्माण करतात. तो मनाचे मांडे खाऊ लागतो. शत्रूपक्षाला तुच्छ लेखतो, इतरांना तुच्छ समजू लागतो. अशा स्थितीत त्याच्याकडून चुका होण्याचीच दाट शक्यता असते. युद्धक्षेत्रासारख्या मैदानात प्रत्येक पाऊल जपून टाकावं लागतं. तिथे लहानसा चुकीचा निर्णयही जीवावर बेतू शकतो. अशावेळी एकाग्रता टिकवून ठेवणं अत्यावश्यक असतं.

आध्यात्मिक दृष्टिकोनातून पाहिलं, तर आत्मज्ञान मनुष्यात अनुभवाच्या स्तरावर उतरतं, तेव्हा त्याला प्रत्येकात एकमात्र 'सेल्फ'चं दर्शन होतं आणि घडत असलेली प्रत्येक घटना ही 'सेल्फ'ची लीलाच दिसू लागते. तो जय-पराजय, सुख-दुःख, मानापमान, लाभ-हानीत सम असतो आणि या सर्व गोष्टी तो खुल्या मनाने स्वीकारतो. कोणत्याही बाह्यकारणाने त्याचं मानसिक स्थैर्य आणि ईश्वरभक्ती ढळत नाही. तो कर्ताभावातून मुक्त होऊन, 'ईश्वरच कर्ता आहे' या भावनेने, फळात गुंतून न राहता त्याची सर्व कार्यं करतो.

तो कर्ता नाही हे जेव्हा मनुष्याच्या लक्षात येतं, तेव्हा तो प्रत्येक घटनेत केवळ साक्षीभावनेने उपस्थित राहतो. बाहेर कुठेही, जसं - कुटुंबात, शेजारी-पाजारी, कार्यालयात, बाजारात सर्वत्र ज्या ज्या घटना घडतात, त्यात तो साक्षीभावाने उपस्थित राहून अलिप्तपणे आपली भूमिका बजावतो. अर्थात, तो घटनांवर चांगलं अथवा वाईट असं लेबल लावत नाही, दुःखी होत नाही किंवा आनंदीही होत नाही. तो प्रत्येक क्षणी चिरंतन असणाऱ्या आनंदात राहतो.

श्रीकृष्णाला वाटतं, अर्जुनाने या अवस्थेत स्थापित होऊन आपला धर्म पाळावा आणि कशातही न अडकता आपली श्रेष्ठ कामगिरी करावी.

अध्याय २ : ३७-३८

● मनन प्रश्न :

१. मनन करा,

- जीवनात तुम्ही कोणकोणत्या भूमिका पार पाडत आहात? उदाहरणार्थ- आई, वडील, विद्यार्थी, अधिकारी, कर्मचारी, नागरिक, साधक वगैरे.

- या भूमिकांशी संबंधित कर्तव्यांची तुम्हाला कितपत जाणीव आहे?

- ती कर्तव्यं आपण किती टक्के पूर्ण करत आहात?

२. योग्य वेळी कर्तव्यपूर्ती न केल्याचे कोणकोणते परिणाम तुमच्या दृष्टीस पडले?

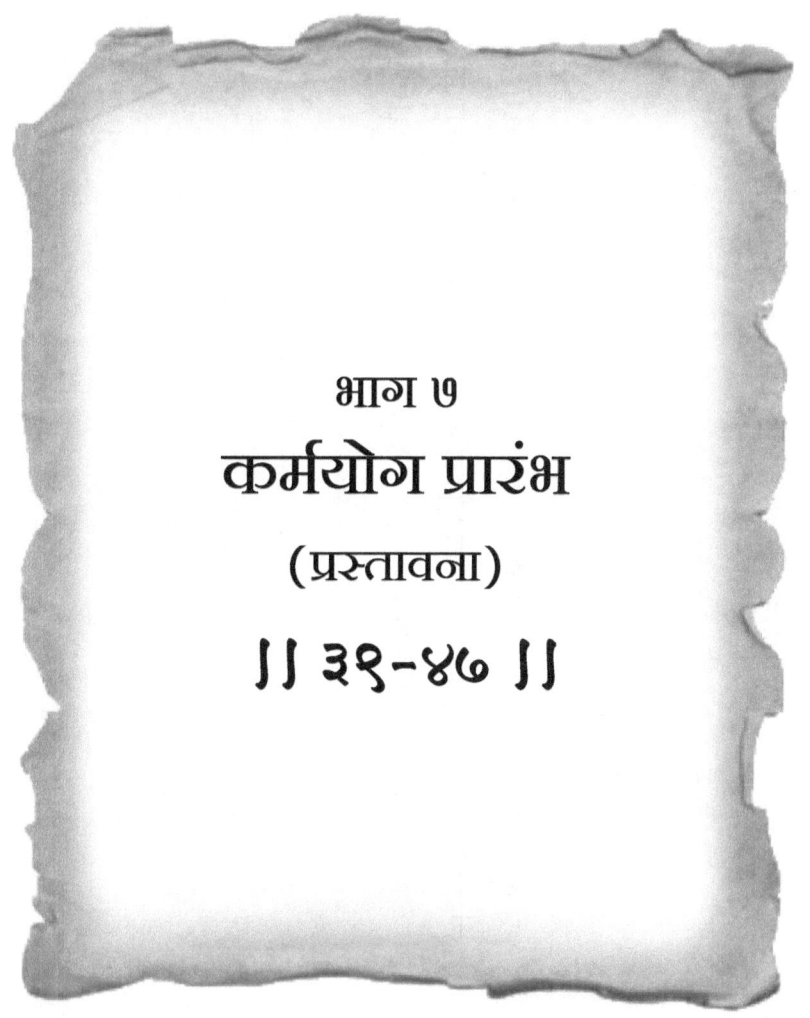

भाग ७
कर्मयोग प्रारंभ
(प्रस्तावना)
।। ३९-४७ ।।

अध्याय २

नेहाभिक्रमनाशोऽस्ति प्रत्यवातो न विद्यते। स्वल्पमप्यस्य धर्मस्य त्रायते महतो भयात् ।।३९।।

एषा तेऽभिहिता साङ्ख्ये बुद्धिर्योगे त्विमां श्रृणु । बुद्ध्या युक्तो यया पार्थ कर्मबन्धं प्रहास्यसि ।।४०।।

व्यवसायात्मिका बुद्धिरेकेह कुरुनन्दन । बहुशाका ह्यनन्ताश्च बुद्धयोऽव्यवसायिनाम् ।।४१।।

यामिमां पुष्पितां वाचं प्रवदन्त्यविपश्चितः । वेदवादरताः पार्थ नान्यदस्तीति वादिनः ।।४२।।

कामात्मानः स्वर्गपरा जन्मकर्मफलप्रदाम् । क्रियाविश्लेषबहुलां भोगैश्वर्यगतिं प्रति ।। ४३।।

भोगैश्वर्यप्रसक्तानां तयापहृतचेतसाम्। व्यवसायात्मिका बुद्धिः समाधौ न विधीयते ।।४४।।

त्रैगुण्यविषया वेदा निस्त्रैगुण्यो भवार्जुन। निर्द्वन्द्वो नित्यसत्वस्थो निर्योगक्षेम आत्मवान् ।।४५।।

यावानर्थ उदपाने सर्वतः सम्प्लुतोदके । तावान्सर्वेषु वेदेषु ब्राह्मणस्य विजानतः ।।४६।।

कर्मण्येवाधिकारस्ते मा फलेषु कदाचन । मा कर्मफलहेतुर्भुर्मा ते संगोऽस्त्वकर्मणि ।।४७ ।।

३९-४०

श्लोक अनुवाद : हे पार्था, हा विचार तुला ज्ञानयोगाविषयी[१] सांगितला आणि आता कर्मयोगाविषयी[२] ऐक. या बुद्धीने युक्त झालास तर तू कर्माचं बंधन सहजतया त्यागशील. अर्थात, ते पूर्णपणे नष्ट करशील॥३९॥

या कर्मयोगात आरंभाचा अर्थात बीजाचा नाश नाही आणि उलट फळरूपी दोषही नाही. इतकंच नव्हे, तर या कर्मयोगरूप धर्माचं थोडंसंही साधन जन्म-मृत्युरूपी महान भयापासून रक्षण करतं॥४०॥

गीतार्थ : आपण निश्चितपणे अनुभवलं असेल, की शहरात एखाद्या ठिकाणी जाण्यासाठी आपल्याला कमीत कमी तीन-चार रस्ते उपलब्ध असतात. तिथे पोहोचण्यासाठी आपण आपल्या सुविधा, शॉर्टकट किंवा रहदारी विचारात घेऊन एक मार्ग निवडतो. यात कोणताही मार्ग योग्य किंवा अयोग्य नसतो. केवळ आपल्या आवडीप्रमाणे आणि सुविधांनुसार कोणत्या मार्गाने नियोजित ठिकाणी जायचं याची निवड मनुष्य करत असतो.

त्याप्रमाणेच या सृष्टीत परमसत्य एकच आहे, ते आहे 'सेल्फ' म्हणजेच चैतन्य (चेतना). त्या चेतनेला अनुभवातून जाणणं आणि तेच बनून जीवन जगणं हेच मनुष्याचं एकमात्र ध्येय आणि कर्तव्यसुद्धा (स्वधर्मदेखील) आहे. श्रीकृष्णांनी या चैतन्याचं जे ज्ञान अर्जुनाला दिलं त्याला त्यांनी 'ज्ञानयोग' असं नाव दिलं. या शब्दातील ज्ञान म्हणजे नॉलेज, समज आणि योग याचा अर्थ जोडलं जाणं किंवा भेटणं. दोन गोष्टींचं मिलन होतं तेव्हा त्याला 'योग होणं' असं म्हणतात.

---

१ - मायेतून निर्माण झालेल्या सर्व गुणांनाच व्यावहारिकदृष्ट्या गुण म्हटलं जातं. असं समजून आणि मन, इंद्रियं आणि शरीर यांद्वारे होणाऱ्या सर्व क्रियांमध्ये कर्तेपणाचा अभिमान न बाळगता सर्वव्यापी सच्चिदानंदघन परमात्म्याशी तादात्म्य पावणं म्हणजेच 'ज्ञानयोग' होय. यालाच संन्यास, सांख्ययोग वगैरे म्हटलं गेलं आहे.

२ - फळ आणि आसक्ती यांचा त्याग करून भगवंताच्या आज्ञेनुसार केवळ भगवंतासाठी समतोल बुद्धीने कर्म करणं म्हणजेच 'निष्काम कर्मयोग' आहे. 'यालाच समत्वयोग', 'बुद्धियोग', 'कर्मयोग', 'तदर्थकर्म', 'मदर्थकर्म', 'सत्कर्म' असंही संबोधलं आहे.

अध्याय २ : ४१

परमचैतन्याचा बोध ज्यातून होतो, त्या समजेलाच खऱ्या अर्थानं 'ज्ञान' म्हणता येईल. इतर सर्व प्रकारचं तथाकथित ज्ञान म्हणजे केवळ विज्ञान, कला आहेत. त्यांचा उद्देश मनुष्यातील शक्यतांचा आणि सद्गुणांचा विकास करणं हा आहे. त्याचबरोबर जीवनात त्यांच्याकडून योग्य कार्य करवून घेणं हादेखील उद्देश आहे.

श्रीकृष्णाने अर्जुनाला ज्ञानयोगाद्वारे अशी समज दिली, की जीवनात तिचा अवलंब करून तो चैतन्याशी योग साधू शकतो. परंतु सत्य ऐकून ते सत्वर जीवनात उतरवू शकेल अशी पात्रता अद्याप त्याच्यात निर्माण झाली नव्हती. म्हणून श्रीकृष्ण तेच ज्ञान दुसऱ्या पद्धतीने सांगत आहेत. त्यालाच त्यांनी 'कर्मयोग' असं नाव दिलं. कर्मयोग म्हणजे अशी समज, जी अनुसरून जीवनात कर्म केलं तर परमचेतनेशी योग साधला जाऊ शकतो. श्रीकृष्ण अर्जुनाला सांगत आहेत, 'कर्मयोगानुसार कर्म करून तो कर्मबंधनाच्या जाळ्यातून, तसंच पाप-पुण्य आणि जन्म-मरणाच्या भयातून मुक्त होऊ शकेल.'

वास्तविक कर्मयोग हा ज्ञानयोगाचंच प्रकट रूप आहे. ज्ञानयोगाने चैतन्याचा अनुभव मिळतो, तर कर्मयोगाने त्या चैतन्याचीच अभिव्यक्ती होते. ज्ञानयोगाच्या साहाय्यानेच कर्मयोगयुक्त जीवन जगता येऊ शकतं. परंतु कसं? ते तुम्हाला हळूहळू पुढील श्लोकांमधून स्पष्ट होत जाईल.

४१

श्लोक अनुवाद : हे अर्जुना, या कर्मयोगात निश्चयात्मक बुद्धी एकच असते. परंतु अस्थिर विचार असणाऱ्या, अविचारी, कामनायुक्त मनुष्याची बुद्धी निश्चितपणे खूपच चंचल असते, तिच्यात एकवाक्यता नसते.॥४१॥

गीतार्थ : श्रीकृष्ण अर्जुनाला सांगत आहेत, ज्याला कर्मयोग समजला आणि

त्याने तो अमलात आणण्याचा संकल्प केला, त्याची एकच निश्चयात्मक बुद्धी असते. याचाच अर्थ त्या मनुष्याचं 'वन ट्रॅक माइंड' तयार होतं. त्याच्या मनात 'हे करू की ते करू... असं करू की तसं करू... करावंच लागेल, की नाही केलं तरी चालेल... अशी चलबिचल नसते.' त्याला नेमकं काय करायचं आहे, याविषयी तो ठाम असतो.

कोणतं कर्म का करायचं, कसं करायचं, कोणत्या भावनेनं करायचं, हे कर्मयोगी मनुष्य जाणत असतो. याव्यतिरिक्त इतर बाबींमध्ये तो अडकत नाही. जसं, या कामाचं कोणतं फळ मिळेल... मिळेल की नाही... मला हे जमेल की नाही... लोक काय म्हणतील... इत्यादी. अशा प्रकारे तो त्याची संपूर्ण ऊर्जा तेच काम योग्य पद्धतीने करण्यातच खर्च करतो.

याउलट ज्यांना कर्मयोगाचं अर्थात कर्म योग्य पद्धतीने करण्याचं ज्ञान नाही, त्यांची बुद्धी काम करताना संभ्रमित (कन्फ्युज्ड माइंड) झालेली असते. त्यांच्या मनात अनेक विचार सुरू असतात. त्यांचं मन कायम एखाद्या माकडासारखं गोते खात असतं. त्यांचं चित्त कामापेक्षा त्याच्या परिणामांवर किंवा निरर्थक गोष्टींकडेच जास्त असतं.

४२-४४

श्लोक अनुवाद : हे पार्थ, जे भोगात रमलेले असतात, कर्मफलाची स्तुती करणाऱ्या वेदवाक्यांची ज्यांना आवड असते।।४२।।

स्वर्ग हीच सर्वश्रेष्ठ मिळवण्याजोगी वस्तू आहे, स्वर्गाहून श्रेष्ठ दुसरी कोणतीही गोष्ट नाही, असं जे सांगतात, ते अविवेकी लोक अशा प्रकारची दिखाऊ शोभायुक्त भाषा बोलत असतात. त्यांची ही भाषा जन्मरूप कर्मफळ देणारी, तसंच भोग आणि ऐश्वर्य मिळवण्यासाठी अनेक प्रकारच्या क्रियांचं वर्णन करणारी असते।।४३।।

अध्याय २ : ४२-४४

या भाषेने ज्यांचं चित्त आकृष्ट करून घेतलं आहे, जे भोग आणि ऐश्वर्यात अत्यंत आसक्त आहेत, अशा पुरुषांची परमात्म्याविषयी निश्चयी बुद्धी नसते ।।४४।।

गीतार्थ : प्रस्तुत श्लोकातून श्रीकृष्ण कर्मयोगाचं ज्ञान नसलेल्या लोकांच्या स्थितीचं वर्णन करत आहेत. ते फळाच्या लोभानेच कोणत्याही कामाची सुरुवात करतात. जगात बरेचसे लोक असेच आहेत. कोणत्याही कामाचा चांगला मोबदला (इच्छित फळ) मिळणार असेल, तरच ते काम करतात, अन्यथा करत नाहीत.

समजा एखाद्याला सांगितलं, 'अमुक काम कर. परंतु तुला त्याचा कोणताही लाभ मिळणार नाही. ना धन, ना श्रेय, ना प्रशंसा, ना इतर कोणताही फायदा.' अशा वेळी तो म्हणेल, 'जर काहीच मिळणार नसेल तर ते काम करून काय फायदा... माझा वेळ आणि शक्ती वाया का घालवू... मला वेड लागलंय का...' याउलट जर त्याला सांगितलं, 'अमुक एक काम कर, त्यामुळे तुझा लाभ होईल, तर तो त्या कामाला नक्कीच प्राधान्य देईल.'

तसं पाहिलं तर लोकांनी अशी विचारसरणी बाळगण्यात त्यांची काहीही चूक नाही. मूल लहान असल्यापासूनच आई-वडील त्याच्याकडून एखादं नवीन काम करवून घेण्यासाठी त्याच्यासमोर काहीतरी प्रलोभन ठेवतात, जेणेकरून त्याने काम करण्यासाठी तयार व्हावं. उदाहरणार्थ- टॉफी, चॉकलेट, खेळणी, कौतुक, टाळ्या इत्यादी. या लहानसहान लालसेमुळे मूल चांगल्या प्रकारे काम करण्याचा प्रयत्न करतं आणि येथूनच त्याची फळासाठी काम करण्याची वृत्ती तयार होते.

लहान मुलांसाठी ही युक्ती ठीक आहे. कारण त्यांना सेल्फद्वारे (स्रोताद्वारे) काम करण्याच्या पद्धतींची (कर्मयोगाची) शिकवण देता येत नाही. परंतु समस्या ही आहे, की मोठं झाल्यानंतरही मुलांची तीच वृत्ती

कायम राहते, किंबहुना जास्त बळकट होते. कारण पहिली गोष्ट म्हणजे कुणीही त्यांना श्रीकृष्णाप्रमाणे 'ज्ञानयोग' आणि 'कर्मयोग' समजून सांगत नाही. दुसरी गोष्ट म्हणजे जगात सर्वजण फळासाठीच काम करत आहेत, हे ती पाहत असतात.

मूल पाहतं, त्याचे वडील फलस्वरूपात त्यांना पैसे, पद, सन्मान मिळावा यासाठी नोकरी किंवा व्यापार करतात. त्याला परीक्षेत चांगले गुण मिळावेत व पुढील शिक्षण घेऊन चांगली नोकरी मिळावी म्हणून आई त्याचा अभ्यास घेते. अशा प्रकारे मूल कर्माला त्याच्या्या फळापासून वेगळं करून पाहूच शकत नाही.

श्रीकृष्ण पुढे अर्जुनाला सांगतात, 'असे लोक त्यांनी केलेल्या कर्माचा अधिकाधिक लाभ मिळावा अशी अपेक्षा ठेवतात. ते अशाच प्रकारच्या धार्मिक पुस्तकांवर आणि ग्रंथांवर विश्वास ठेवतात, ज्यातून त्यांना लाभ देणारे शॉर्टकट मार्ग सापडतील. धर्म आणि अध्यात्माच्या नावाखाली त्यांना अशाच प्रकारच्या पूजा-अर्चा, व्रत, तीर्थयात्रा, होम-हवन वगैरे गोष्टी करायला आवडतात; ज्या त्यांना याच जन्मात समृद्धी, मान-सन्मान, यश इत्यादी देण्याची खात्री देतील. इतकंच नव्हे, तर त्यांच्या पुढील जन्मासाठीही पुण्य साठवतील आणि त्यांच्यासाठी थेट स्वर्गाचं द्वार खुलं करतील, जेणेकरून ते तिथेही सुख उपभोगू शकतील.'

तुम्ही कोणतंही व्रत, स्नान, तीर्थयात्रा, मंदिरं यांविषयीच्या कथा पाहिल्या, तर त्यात दिसेल, की अमुक एक व्रत-स्नान वगैरे केल्यामुळे एका भक्ताच्या शंभर जन्माची पापं नष्ट झाली... एकाला स्वर्गाचा मार्ग सापडला... एखाद्याच्या सात पिढ्या स्वर्गात पोहोचल्या... इत्यादी. काही कथांमधून तर भीतीसुद्धा दाखवली जाते. उदाहरणार्थ, एका सुवासिनीने हे व्रत केलं नाही, त्यामुळे तिचं सौभाग्य गेलं. तिच्या घरातली सुख-शांती,

समृद्धी सर्व नष्ट झाली... इत्यादी. काही लोक प्रलोभनांना बळी पडून, तर काही अशुभ घडण्याच्या भयापोटी अशा कथांमध्ये सांगितलेले पूजा-पाठ, कर्मकांड करतात.

मजेशीर बाब म्हणजे पुराणात तर कर्मफळात न अडकण्याचा संदेश देणाऱ्या गीतेचं पठण केल्यावर काय फळ मिळेल तेही सांगितलं आहे. त्यात सांगितलं आहे, की अमुक अध्याय वाचले किंवा ऐकले, तर इतक्या जन्मांचं पातक नाहीसं होतं, मुक्ती मिळते. आता ज्या मनुष्याला मुक्तीचा (स्वानुभव प्राप्त करणं, आपल्या अस्तित्वाची ओळख अनुभावाने जाणून त्यात स्थापित होणं) खरा अर्थ माहीत नसेल, त्याच्या मनात अशी प्रतिमा तयार होते, की मुक्ती म्हणजे जीवनातील दुःखं दूर होणं, सर्व पापं नष्ट होणं आणि स्वर्गात जाऊन मजा करणं. मग तो गीता उघडून पोपटपंची केल्याप्रमाणे सर्व अध्याय वाचून टाकतो आणि मनोमन सुखावतो. अध्याय वाचल्याचं फळ आता आपल्या खात्यात जमा झालं, असं समजून तो निश्चिंत होतो.

तो शांत चित्ताने कधी मनन करत नाही, की आताच त्याने जो अध्याय वाचला, त्यात फळाच्या लोभाने पूजा-अर्चा करणाऱ्यांना श्रीकृष्णाने 'अविवेकी' आणि 'भ्रमिष्ट' म्हटलं आहे आणि ते अर्जुनाला तसं न करण्याचा सल्ला देत आहेत.

आपल्या पूर्वजांनी मानवी प्रवृत्ती लक्षात घेऊनच गीता, रामायण यांच्या वाचनासोबत फळाची बाब जोडली असावी. किमान फळाच्या लोभाने का होईना, मनुष्याने कधीतरी सर्वोच्च ज्ञान देणाऱ्या या ग्रंथांचं वाचन करावं. वाचनानंतर कदाचित तो त्यावर मननही करेल. अशा प्रकारे त्याच्या मुक्तीची शक्यता खुली व्हावी. परंतु, बहुसंख्य लोकांच्या बाबतीत हे शक्य झालं नाही, कारण त्यांनी ग्रंथात दिलेल्या ज्ञानावर मननच केलं नाही.

अशा लोकांच्या बाबतीत श्रीकृष्ण म्हणतात, 'त्यांची निश्चयात्मक

बुद्धी ठाम नसते. कारण त्यांचं लक्ष परिणामांवर केंद्रित झालेलं असतं, त्यांचे विचार संभ्रमित आणि भरकटलेले असतात.'

४५-४६

श्लोक अनुवाद : हे अर्जुना, वेद हे वर सांगितल्याप्रमाणे तिन्ही गुणांचं कार्यरूप असणारे भोग आणि त्यांची साधनं प्रतिपादन करणारे आहेत. म्हणून तू ते भोग व त्यांच्या साधनांच्या बाबतीत आसक्ती बाळगू नकोस. तसंच सुख-दुःखादी द्वंद्वांनी रहित, नित्यवस्तू असणाऱ्या परमात्म्यात स्थित, योगक्षेमाची इच्छा न बाळगणारा आणि अंतःकरणाला ताब्यात ठेवणारा बन. (अप्राप्त वस्तूच्या प्राप्तीचं नाव 'योग' आहे आणि प्राप्त वस्तूच्या रक्षणाचं नाव 'क्षेम' आहे.)॥४५॥

सर्व बाजूंनी भरलेला मोठा जलाशय मिळाल्यावर लहान जलाशयाची मनुष्याला जितकी गरज असते, तितकीच गरज ब्रह्माला तत्त्वाने जाणणाऱ्या ब्रह्मज्ञान्याला वेदांची असते॥४६॥

गीतार्थ : पृथ्वीवर हजारो वर्षांपासून मनुष्यजन्माचा प्रवास सुरू आहे. वेळोवेळी अनेक ऋषि-मुनी, संत-महंत, विद्वानांद्वारे विविध प्रकारचे धर्मग्रंथ, वेद, शास्त्र इत्यादी लिहिले गेले आहे. त्यामध्ये त्यांनी भावी पिढ्यांसाठी ज्ञान-विज्ञान, कला, जीवन जगण्याच्या पद्धती, यश प्राप्त करण्याचं रहस्य इत्यादी संकलित केलेलं आहे. असा प्रत्येक ग्रंथ हा विशिष्ट वाचकवर्ग डोळ्यांसमोर ठेवून लिहिला गेला आहे. मात्र, प्रत्येक ग्रंथातील माहिती सर्वांसाठी उपयुक्त असेलच असं नाही. उदाहरणार्थ, गीतेची रचना अर्जुनासाठी झाली होती, दुर्योधनासाठी नाही.

जसं, गीता आत्मज्ञानाची आवड असणारांसाठी आदर्श ग्रंथ आहे, रामायण भक्तियोगाचा ग्रंथ आहे. यांसारखे अन्य ग्रंथदेखील आहेत. त्यांचा

उद्देश संसारी लोकांना लौकिक ज्ञान देणं हा आहे. त्यांत अनेक कर्मकांडं, उपाय, जादूटोणा वगैरे संकलित केलं गेलं आहे. त्यांत सांगितलं आहे, व्यापारात यशस्वी व्हायचं असेल, तर ही पूजा किंवा यज्ञ करावा; संतानसुख, सौभाग्य हवं असेल, तर अमुक व्रत करावं, अमुक प्रकारे ग्रहशांती करावी, वास्तुदोष दूर करावा, स्वास्थ्य प्राप्त करावं... इत्यादी.

या ग्रंथांच्या साहाय्याने भलेही प्रापंचिक लाभ मिळत असतील, दिलासा मिळत असेल; परंतु तरीही या ग्रंथांना आणि त्यातील माहितीला आध्यात्मिक म्हणता येणार नाही. कारण त्यातून मनुष्याला त्याच्या सत्यस्वरूपाचा बोध होऊ शकत नाही. परंतु अज्ञानवश लोकांनी अशा प्रकारच्या प्राचीन पुस्तकांनाही आध्यात्मिक पुस्तकांच्या रांगेत आणून बसवलं आहे.

पृथ्वीवर मनुष्याचं कूल-मूल-लक्ष्य सर्वोच्च ज्ञान मिळवणं आणि त्याप्रमाणे जीवन जगणं हेच आहे. प्रापंचिक सुख उपभोगणं हा त्याचा उद्देश नव्हे. जगात मनुष्याची जी भूमिका आहे, ती त्याने सर्वोच्च ध्येय लक्षात ठेवूनच पार पाडायला हवी. श्रीकृष्ण आत्मतत्त्वात स्थिर आहेत. अर्थात, त्यांच्या स्वानुभूतीत (सेल्फमध्ये) स्थित आहेत. अर्जुनाचं मूळ लक्ष्यसुद्धा तेच आहे, हे त्यांना ठाऊक आहे. म्हणूनच ते अर्जुनाला शिकवण देत आहेत, की वेद-पुराणांमध्ये वर्णन केलेले उपभोग आणि ते प्राप्त करण्याच्या उपायांबद्दल विचार करू नये, किंवा पाप-पुण्याच्या चक्रात अडकू नये. त्याला काय मिळेल किंवा काय हिरावून घेतलं जाईल, त्याच्याजवळ जे आहे ते सुरक्षित कसं राहील... या सर्व बाबींचा विचार करू नये. कारण असा विचार केला, तर मोहपाशात गुंतून त्याची बुद्धी भ्रमित होईल. असं झालं तर युद्धातून त्याचं लक्ष विचलित होईल आणि तो त्याचं सर्वश्रेष्ठ (बेस्ट) योगदान देऊ शकणार नाही.

श्रीकृष्णाने अर्जुनाला गीतेच्या प्रारंभीच सर्वोच्च ज्ञान, आत्मज्ञान दिलं, त्यामुळे आता त्याला वेदांतील किंवा इतर कोणत्याही प्रकारचं ज्ञान प्राप्त करण्याची गरजच राहिली नव्हती. यासाठीच श्रीकृष्ण अर्जुनाला समजावत होते, की संपूर्ण सागर मिळाल्यावर कुणीही छोट्या तलावात गुंतत नाही. इंग्रजी विषयाची पदवी मिळाल्यावर कुणीही विद्यार्थी मुलांच्या पुस्तकातून ए फॉर ॲप्पल, बी फार बेबी हे शिकणार नाही. त्याचप्रमाणे चैतन्याचं सर्वोच्च ज्ञान मिळाल्यावर प्रापंचिक लाभ-हानी आणि पाप-पुण्याविषयी विचार करणं त्याला शोभणार नाही. त्याने केवळ मनात आत्मज्ञान आणि हातात कर्मयोग धारण करून आपल्या ध्येयावर लक्ष केंद्रित करावं.

४७

श्लोक अनुवाद : तुला कर्म करण्याचाच अधिकार आहे, त्याच्या फळाविषयी नाही. म्हणून तू कर्मफळांची इच्छा करू नकोस. तसंच, कर्म न करण्याचीही आसक्ती करू नकोस।।४७।।

गीतार्थ : प्रस्तुत श्लोकात श्रीकृष्णाने अर्जुनाला आणि त्याच्यासह सर्व जगाला कर्मयोगाचं मूळ सूत्र दिलं आहे. कोणतं कर्म कशाप्रकारे करावं, हे त्यांनी सांगितलं आहे. श्रीकृष्ण म्हणाले, ‘तुझ्या हातात केवळ कर्म करण्याचाच अधिकार आहे. त्या कर्माचं फळ काय मिळेल, मिळेल की नाही... ही गोष्ट तुझ्या अधिकारक्षेत्रात नाही. मग जी गोष्ट आपल्या हातातच नाही, त्याविषयी विचार करून तरी काय उपयोग? म्हणूनच तू फळाचा विचार करून कर्म करू नकोस किंवा कर्म करताना फळाविषयी कुठलाही विचार बाळगू नकोस.

फळाविषयी विचार न केल्यामुळे तू कर्म करणंच सोडून दिलंस, किंवा त्याबद्दल बेपर्वा बनलास, असंही होता कामा नये. कारण असं केलंस,

तर तुझं कर्तव्य पूर्ण होणार नाही. म्हणूनच कर्मयोग स्वीकारून फळाची आसक्ती न बाळगता आपलं कर्तव्य कर्म पूर्ण कर.'

'कर्म करा आणि फळाची इच्छा ठेवू नका', हा संदेश सगळे लहानपणापासूनच ऐकत आले आहेत, तरीही हे जीवनामध्ये अमलात येत नाही. हा संदेश जीवनात प्रत्यक्ष तेव्हाच उतरेल, जेव्हा कर्मयोगाचे दोन नियम स्पष्ट होतील, जे पुढीलप्रमाणे आहेत–

कर्ता मी नसून 'सेल्फ' (ईश्वर) आहे

हे वाक्य ज्ञानयोगाचा सार आहे. हे सत्य जेव्हा व्यक्तीच्या अंतरंगात खोलवर रुजतं, तेव्हा त्याच्यातील कर्ताभाव संपुष्टात येतो. अशावेळी तो कोणतंच कार्य करत नाही, केवळ आपल्या शरीराद्वारे ते होताना पाहत असतो. त्याच्या लक्षात येतं, की 'सेल्फ'च त्याच्या शरीराच्या माध्यमातून अभिव्यक्ती करत आहे.

या भावनेने कर्म केलं तर माणसाला फळाची आसक्ती उरत नाही. तो ईश्वराला म्हणू शकतो, 'कर्महो तुझं आणि फळही तुझंच... तुम्हे जो लगे अच्छा वही मेरी इच्छा!'

आत्मयोगी 'सेल्फ'ला स्वतःच्या आतच पाहतो. कर्मयोगी त्या 'सेल्फ'ला इष्ट देवतेच्या रूपात पाहतो, तो परमेश्वराला मालक आणि स्वतःला त्याचा दास किंवा नोकर समजून त्याच्यासाठी कर्म करतो. जसं, हनुमान श्रीरामांसाठी निमित्त बनून कर्म करत असत.

एका उदाहरणाद्वारे 'कर्मयोग' समजून घेऊ या. एका घरात काही खास पाहुणे येणार असतात, त्यांच्यासाठी भोजन तयार करायला दोन स्वयंपाकीसुद्धा नियुक्त करण्यात आलेले असतात. ते दोघे आनंदाने गाणी गुणगुणत त्यांचं काम करत असतात. इतकं काम असूनदेखील त्यांच्या

चेहऱ्यावर किंवा वागण्यात कोणताही तणाव दिसत नसतो. मात्र, घराच्या मालकीण बाईंची मन:स्थिती चिंतेनं बिघडत चाललेली असते, की कुणास ठाऊक जेवण कसं तयार होईल? पाहुण्यांना आवडेल की नाही..? वास्तविक ती स्वत: कोणतंही काम करत नाही.

त्या स्वयंपाक्यांच्या आणि मालकीण बाईंच्या स्थितीचं निरीक्षण केलं, तर ती स्त्री कर्मफळाबद्दल पूर्णपणे आसक्त होती असं आढळेल. वास्तविक जेवण तयार करण्याचं कर्म चांगल्या प्रकारे चालू होतं, तरीही ती सातत्याने कर्मफळाबद्दलच विचार करत होती. त्यामुळे ती तणाव आणि चिंतेने ग्रासली होती. याउलट दुसरीकडे ते स्वयंपाकी केवळ त्यांचं कर्म उत्कृष्टपणे करत होते. त्यांना पाहुण्यांच्या प्रतिक्रियेविषयी (कर्मफळाची) आसक्ती नव्हती. त्यामुळे आपलं कर्म करत असतानाही ते निश्चिंत आणि आनंदी होते.

मनुष्य कर्माच्या परिणामांचा विचार करून कर्म करत असेल, तर त्याच्या कर्माचा परिणाम काहीही मिळाला, तरी त्याआधीच त्याला ऊर्जेची कमतरता, चिंता, तणाव वगैरे दुष्परिणाम त्वरित जाणवतात, त्यामुळे कर्माची गुणवत्ता खालावते. म्हणूनच फळाची चिंता करू नये असं म्हटलं आहे.

फळ माध्यमाद्वारे नव्हे तर स्रोताकडून येतं

कर्मयोगाचा दुसरा मोठा नियम हा आहे, की कर्माचं फळ स्रोताद्वारे (सेल्फद्वारे) येतं. माध्यमाद्वारे (चॅनेलद्वारे) येत नाही. स्रोताला निसर्ग असंही म्हटलं जाऊ शकतं. कारण तोच काही नियमांप्रमाणे कोणताही भेदभाव न करता कर्माची फळं वाटतो.

सोर्स आणि चॅनेल यांतील फरक एका उदाहरणाद्वारे समजून घेऊ या. समजा, तुमच्या नळातून पाणी येणं बंद झालं, तर तुम्ही म्हणता, 'नळातून

पाणी येत नाही.' वास्तविक नळ हे माध्यम आहे. त्याद्वारे तुमच्यापर्यंत पाणी पोहोचवलं जात आहे, तो पाण्याचा स्रोत नाही. स्रोत तर पाण्याची मोठी टाकी आहे, जी संपूर्ण गावाला पाणीपुरवठा करते.

याप्रमाणेच आणखी एक उदाहरण पाहू या. काही कर्मचाऱ्यांना कंपनीच्या कॅशिअरने वेतन दिलं नाही म्हणून ते त्याबद्दल त्याच्याशी भांडू लागले. आता बिचारा कॅशिअर काय करेल? त्याला मालकाने मनाई केली होती. स्रोत तर कंपनीचा मालक होता, तो सर्वांचं वेतन देत होता. कॅशिअर केवळ माध्यम होता, जो सर्वांना वेतनवाटप करत होता. परंतु त्यालाच स्रोत समजून लोक त्याच्याशी भांडू लागले.

यावरून हे लक्षात घ्यायला हवं, की मनुष्याची बुद्धी स्रोतापर्यंत पोहोचू शकत नाही. म्हणूनच तो माध्यमासाठी काम करतो आणि माध्यमाकडूनच फळाची अपेक्षा ठेवतो. उदाहरणार्थ, तुमच्या एखाद्या मित्राला वारंवार पैशांची गरज भासते आणि तुम्ही त्याच्या मदतीसाठी दरवेळी पैसे देत असता. परंतु एकदा तुम्हाला पैशांची गरज निर्माण झाली आणि तुम्ही त्याच मित्राकडे मदतीसाठी गेला. तुम्हाला अपेक्षा होती, की तुम्ही त्याला कितीतरी वेळा मदत केलेली आहे, मग तोदेखील तुम्हाला नक्कीच मदत करेल. मात्र, त्याने मदतीला नकार दिला, त्यामुळे तुम्ही खूपच दुःखी झाला आणि त्या मित्राला बरंवाईट बोलून परत आला. या घटनेवर विचार करत तुम्ही घरी पोहोचला, तेव्हा तुमच्या पत्नीने तिच्या बचतीतल्या पैशांमधून तुम्हाला मदत केली. आता तुम्ही विचार करू लागता, 'आपलेच लोक आपल्या उपयोगी पडतात, हेच सत्य आहे. इतरांना मदत करण्याचा काळ राहिला नाही...!'

इथे तुमच्याकडून एक चूक झाली. ती म्हणजे, तुम्ही त्या मित्रालाच स्रोत समजून त्याच्याकडून फळाची अपेक्षा केली. वास्तविक तो तर केवळ

अध्याय २ : ४७

माध्यम आहे. त्याप्रमाणेच तुम्हीदेखील त्याच्यासाठी केवळ माध्यमच होता, अन्य काहीही नाही. तुम्ही जी मदत केली, ती स्रोताच्या निमित्ताने केली आणि तुम्हाला जे फळ मिळेल, तेसुद्धा स्रोताकडूनच मिळेल. तुमच्यापर्यंत मदत पोहोचवण्याकरिता स्रोत कोणत्याही चॅनेलचा उपयोग करू शकतो. यावेळी त्याने तुमच्या पत्नीला माध्यम बनवलं. पुढच्यावेळी स्रोत माध्यम बदलूही शकेल. मनुष्य केवळ निमित्त बनत असतो. तो ईश्वरच सर्वकाही देत असतो. त्याच्यामुळेच सर्व व्यवहार सुरू आहेत. म्हणूनच हा श्लोक नव्या पद्धतीने समजून घ्यावा- *'कर्म करा आणि फळाची इच्छा माध्यमाकडून नव्हे, तर स्रोताकडून (ईश्वराकडून) करा.'*

मनुष्याकडे जर कर्मयोगाच्या या दोन गोष्टींची समज नसेल, तर त्याला सांगितलं जातं, की तुम्ही केवळ तुमचं कर्म करा, फळाची चिंता बाळगू नका. बाकी सर्व ठीक होईल. एक एक करत सर्व रहस्यांचा उलगडा होईल.

अध्याय २ : ४७

● मनन प्रश्न :

१. तुम्ही दिवसभर करत असलेल्या सर्व कर्मांमागची भावना आणि त्याच्याशी संलग्न असलेल्या कारणांवर मनन करा. उदाहरणार्थ, मी हे काम आनंदाने/नाइलाजाने/नीरसपणे करत आहे, जेणेकरून मला काहीतरी मिळावं.

२. कर्मसिद्धांताची गहनता तुमच्या किती लक्षात आली आहे? या ज्ञानानुसार आता तुमच्या कार्यात (कर्म करण्याच्या पद्धतीत) कोणते बदल घडतील?

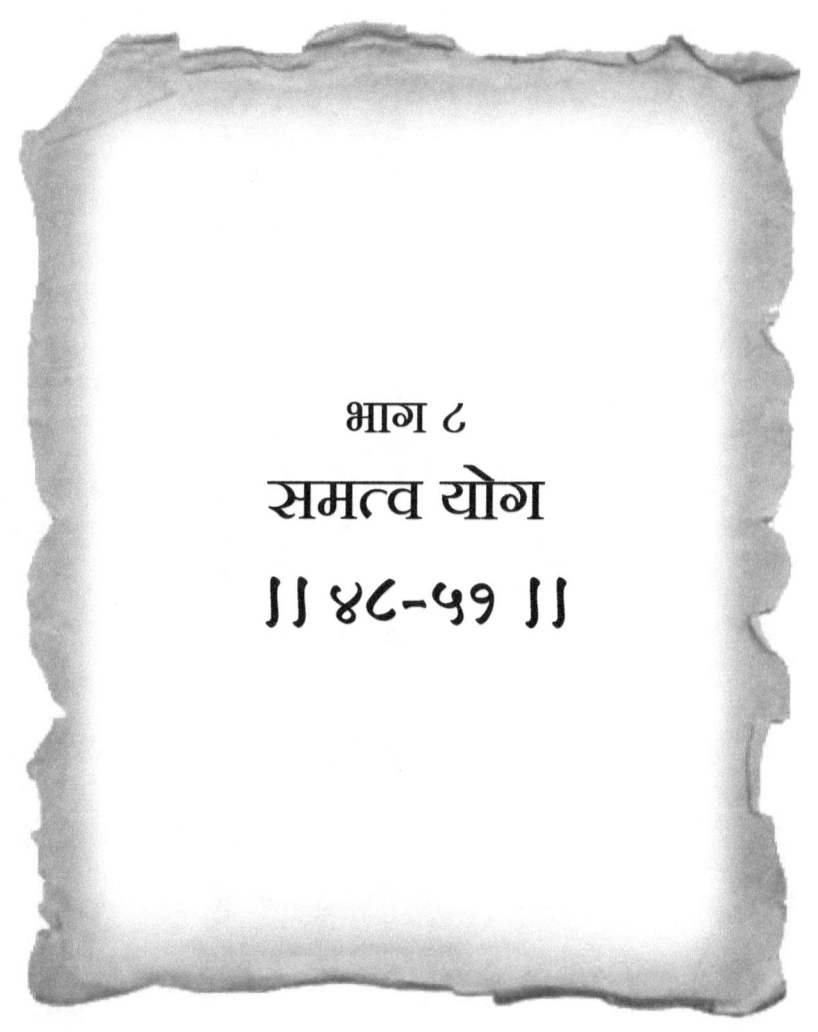

भाग ८
समत्व योग
॥ ४८-५१ ॥

अध्याय २

योगस्थः कुरु कर्माणि संग त्यक्त्वा धनंजय । सिद्ध्यसिद्ध्योः समो भूत्वा समत्वं योग उच्यते ।। ४८ ।।

दूरेण ह्यवरं कर्म बुद्धियोगाद्धनंजय । बुद्धौ शरणमन्विच्छ कृपणाः फलहेतवः ।। ४९।।

बुद्धियुक्तो जहातीह उभे सुकृतदुष्कृते । तस्माद्योगाय युज्यस्व योगः कर्मसु कौशलम् ।।५०।।

कर्मजं बुद्धियुक्ता हि फलं त्यक्त्वा मनीषिणः। जन्मबन्धविनिर्मुक्ताः पदं गच्छन्त्यनामयम् ।।५१।।

४८-४९

श्लोक अनुवाद : हे धनंजय! तू आसक्तीचा त्याग कर. जय-पराजयाची चिंता करू नकोस. सिद्धी आणि असिद्धीत समान बुद्धिमान बनून योगात स्थित होत, तुझी कर्तव्य कर्म कर. समत्व म्हणजेच योग! आपण जे काही कर्म करतो, ते पूर्ण झाले अथवा नाही, तसंच त्याच्या फळाविषयी समभाव बाळगणे म्हणजेच समत्व, समभाव!।।४८।।

या समत्वरूपी बुद्धियोगापुढे सकाम कर्म अत्यंत निम्न श्रेणीची ठरतात. म्हणून हे धनंजय! तू समबुद्धीतच रक्षेचा उपाय शोध. बुद्धी योगाचाच आश्रय ग्रहण कर. कारण फळाच्या हेतूने कार्य करणारे अत्यंत दीन असतात।।४९।।

गीतार्थ : वरील दोन श्लोकांमध्ये श्रीकृष्ण पुन्हा अर्जुनाला समजावत म्हणाले, 'तू कर्मयोगाची समज जीवनात अंगीकार कर. कुठल्याही प्रकारे कर्माच्या फळाची आसक्ती ठेवू नकोस. फळ मनाप्रमाणे मिळो अथवा न मिळो, तरी समभाव ठेव. कारण तुझ्या कर्माचं जे काही योग्य फळ असेल ते कुठल्याही मार्गाने तुझ्यापर्यंत पोहोचणारच आहे. कर्मफळाविषयी नियती कुठलाही भेदभाव करत नाही. ती स्वचलित प्रक्रियेद्वारे अटळ नियमानुसार सर्वांनाच वाटत राहते. म्हणून तुला जे काही मिळेल ते स्वीकार कर. तू सेल्फला, ईश्वराला कर्ता मानून आपली कर्तव्य कर्म कर आणि त्याचं फळही त्यालाच समर्पित कर. कारण करणाराही तोच आहे आणि प्राप्त करणाराही तोच. ही प्रगल्भ समज जीवनात अंगीकारून ईश्वरासाठी निमित्त बन.'

श्रीकृष्ण पुढे सांगतात, 'तुझी कर्मयोगाची समज कायमस्वरूपी टिकून राहील आणि या मार्गापासून कधी भरकटणार नाही अशा उपायांचा अवलंब तू कर.' श्रीकृष्ण येथे ज्या उपायांविषयी सांगत होते, ते म्हणजे 'सेवा, श्रवण आणि भक्ती' सेवेचा अर्थ आहे, इतरांच्या कल्याणासाठी निःस्वार्थ भावनेने कर्म करणे. मनुष्य जसजशी सेवा करत जातो, तसतसं- त्याचं मन शुद्ध होतं जातं. मग सेवेने अहंकार सहजपणे विलीन होतो. श्रवणाचा अर्थ आहे, सत्यश्रवण करणे म्हणजेच ज्ञानयुक्त गोष्टी ऐकणे, वाचणे आणि त्यावर मनन करणे. भक्तीचा अर्थ होतो, सदैव ईश्वराचं स्मरण करणं, ईश्वरीय प्रेमात यथेच्छ डुंबणं आणि प्रत्येक कार्य

त्याच्यासाठीच करणं. सत्य श्रवण करत राहिल्याने मनुष्याची समज प्रगल्भ होते, त्याची विवेकशक्ती जागृत होते. जेणेकरून मायेच्या प्रभावापासून तो दूर राहतो. त्याचप्रमाणे त्याच्यात भक्ती आणि सेवाभाव वाढतो. श्रवण, सेवा आणि भक्तीच्या त्रिकोणात राहिल्याने मनुष्याची बुद्धी ज्ञानयोगात स्थिर राहते. त्यामुळे तो कर्मयोगाची अभिव्यक्ती करू शकतो.

प्रस्तुत श्लोकात श्रीकृष्णाने कर्मफळात आसक्त असलेल्या लोकांना अत्यंत दीन म्हणून संबोधले. पण त्यामागे जे कारण आहे, ते पुढीलप्रमाणे-

१. निराशा - कर्माचं फळ लवकर दृष्टिपथात आलं नाही तर मनुष्य निराश होतो.

२. कर्माप्रति बेपर्वा किंवा विरक्ती- कर्माचं फळ जेव्हा सहजतेनं मिळतं, तेव्हा मनुष्य पुढच्या वेळी बेपर्वाईनं काम करू लागतो. परिणामी त्याला मनासारखे, योग्य परिणाम मिळत नाही. मग त्यानंतर तो निराश होऊन कर्म करणंच सोडून देतो.

३. इतर मार्ग दिसत नाही - मनुष्य जेव्हा कर्म करून फळातच अडकतो, चॅनेललाच सोर्स समजतो तेव्हा त्याचं खूप नुकसान होतं. त्याच्यासाठी जे इतर मार्ग खुलणार असतात, ते दिसणंच बंद होतं.

४. प्रतिकर्मात अडकणे- आपलं कार्य इतरांच्या कर्मावर निर्भर होतं. म्हणजे आपला रिमोट कंट्रोल इतरांच्या हातात जातो. जसं, आपण भोजन बनवतो, परंतु खाणाऱ्याने जर आपली प्रशंसा केली नाही तर राग येतो म्हणजे पुन्हा प्रतिकर्मात अडकतो. मग अपेक्षाभंग झाल्याने तुम्ही विचार करू लागता, 'मी इतकी मेहनत करून स्वयंपाक केला पण कोणालाही माझी पर्वा नाही... मला गरजच काय होती इतका वेळ व्यर्थ दवडण्याची...' असा विचार केल्याने आपल्या कर्माची योग्यता कमी होते आणि आपल्यातील उत्साहदेखील नष्ट होतो.

५. वर्तमानातील कर्म अयोग्य होतात- फळावरच लक्ष केंद्रित असल्याने

मनुष्य वर्तमानातील कर्मही योग्य प्रकारे करू शकत नाही. जसं, एका मुलाला परीक्षा देण्याचं कर्म करायचं असतं. तेव्हा त्याचे वडील त्याला सांगतात, 'तू जर परीक्षेत ९० टक्के मार्क आणले तर मी तुला स्वित्झर्लंडला घेऊन जाईन.' आता तो परीक्षेच्या वेळीही तेथे गेल्यानंतर काय-काय होईल याचाच विचार करत राहतो. आता त्याचा परिणाम काय आला असेल, हे तुम्ही समजू शकता.

इतके दुष्परिणाम वाचून आता आपल्या लक्षात आलंच असेल, श्रीकृष्णाने सकाम, कामनायुक्त कर्माला निम्न श्रेणीचं कर्म का संबोधलं असेल? आणि फळाची आसक्ती असलेल्या मनुष्याला दीन असं का संबोधलं असेल? तसं पाहिलं तर आज मनुष्याच्या जीवनात इतका ताण-तणाव, निराशा, व्याकुळता, क्रोध आणि असंतुष्टी अशा नकारात्मक भावना का आहेत? तर त्याचं मूळ कारण आहे, कर्म -फळाविषयी आसक्ती!

५०-५१

श्लोक अनुवाद : समबुद्धीयुक्त पुरुष पाप आणि पुण्य या दोन्हीं गोष्टींचा इहलोकातच त्याग करतो, त्यातून मुक्त होतो. म्हणून तूदेखील समत्वरूप योगाचा अंगीकार कर. कारण हा योगच कर्मांमध्ये कुशल आहे, कर्मबंधनातून मुक्त होण्याचा उपाय आहे।।५०।।

याचं कारण म्हणजे समबुद्धीयुक्त ज्ञानी लोक कर्मांपासून उत्पन्न होणारे फळ त्यागून जन्मरूपी बंधनातून मुक्त होतात. शिवाय त्यांना निर्विकार पदाची प्राप्ती होते।।५१।।

गीतार्थ : आपण सांसारिक लोक बंधनात अडकलेले कैदी असून या कैदेतून मुक्ती म्हणजेच मोक्ष आहे! हे वाक्य आपण सत्संगात ऐकलंच असेल. भगवंताचं स्मरण करून, त्याचं ध्यान करून मुक्ती प्राप्त करता येते, अशी ज्ञानयुक्त वाक्य ऐकून मनुष्य विचार करतो, 'ईश्वराच्या नामस्मरणाने, माळा फिरवल्याने सारी कर्मबंधनं नष्ट होतात.' काही लोक तर असाही विचार

करतात, मृत्यूनंतरच मनुष्याला मुक्ती मिळते. सदेह मुक्ती त्याला प्राप्तच होऊ शकत नाही. अशा प्रकारे लोक 'बंधन' आणि 'मुक्तीच्या' गोष्टी तर करतात परंतु वास्तवात ते असतं तरी काय, हे मात्र त्यांना ठाऊक नसतं.

वरील दोन्हीं श्लोकांमध्ये श्रीकृष्णाने अर्जुनाला, 'बंधन' आणि 'मुक्ती' या दोन महान रहस्यांविषयी सांगितलं आहे. त्यांनी तर दोन श्लोकांमध्येच सांगितलं मात्र आपण याला अधिक सविस्तरपणे समजणार आहोत. जेणेकरून आपल्या जीवनात ते पूर्णपणे उतरवून, आचरणात आणावं. हा उद्देश त्यामागे आहे.

श्रीकृष्ण सांगतात, 'समबुद्धियुक्त पुरुष पाप आणि पुण्य दोहोंपासून मुक्त असतो.' या वाक्यानुसार पाप आणि पुण्य हेच मनुष्यासाठी बंधन असतात. पण हे पाप आणि पुण्य नेमके आहेत तरी काय?

सर्वसाधारणपणे वाईट, अयोग्य भावनेनं केलेलं कार्य म्हणजे पाप आणि चांगल्या भावनेने केलेलं कर्म म्हणजे पुण्य असं समजलं जातं. अर्थात जी काही बंधनं बनतात ते कर्माद्वारेच. मग पाप असो वा पुण्य, दोन्ही कर्मबंधनंच बनवतात. किंबहुना पापरूपी बंधन लोखंडाची साखळी आहे तर पुण्यबंधन सोन्याची! मात्र दोहोंमुळे बंधनच बनतात. कारण व्यक्ती ('मी'चा भाव असणारी)द्वारे होणारे प्रत्येक कर्म बंधनच निर्माण करतं.

खरंतर आपण जेव्हा आपले भाव, विचार, वाणी आणि क्रियेद्वारे बेहोशीत किंवा अज्ञानवश एखादं कर्म करतो, तेव्हा त्याचंही कर्मबंधन बनतं. मग जसं कर्म होतं तसं त्याचं कर्मफळ तयार होतं. अशा प्रकारे कर्ता आणि कर्मफळाच्यामध्ये कर्मबंधन असतं.

चांगल्या कर्माचं फळ चांगलं तर वाईट कर्माचं वाईट. जसं, तुम्ही एखाद्या गरजवंताला मदत केली असेल तर ज्या वेळी तुम्हाला आवश्यकता असेल त्या वेळी कोणीतरी निश्चितच साहाय्य करतं.

सामान्यतः कर्माविषयी मनुष्याची हीच धारणा असते, की जोवर

बाह्यरूपात एखादी क्रिया केली जात नाही तोवर कर्म होत नाही, त्याचं कर्मबंधन बनत नाही. याचाच अर्थ, कुणाला गालीप्रदान केली तरच कर्म घडलं, मात्र मनात अपशब्द उच्चारले तर ते वाईट कर्म ठरत नाही. परंतु **विचार आणि भावनेच्या स्तरावर केलं जाणारं कर्मदेखील बंधन बनतात. भावनेत द्वेष, अपराध बोध, क्रोध, अहंकार असतील तर त्याचेही बंधन तयार होते. क्रिया असो वा प्रतिक्रिया, प्रत्येक कर्मांचे बंधन हे तयार होतंच.**

मात्र बंधन कसं आहे हे चांगल्या (पुण्य), वाईट (पाप), कठोर वा मृदु या कर्मांच्या भावनेवर अवलंबून असतं, बाह्य स्वरूपावर नाही. समजा, आपल्या घरी एखादा सद्‌गृहस्थ चांगल्या कामासाठी डोनेशन घ्यायला आला, तुम्ही त्याचा आदर सत्कार केला, त्याला पैसे दिले. पण मनात मात्र त्याच्याविषयी सारखे नकारात्मक विचार सुरू आहेत. कारण तो खर्च तुम्हाला अनावश्यक वाटतोय. हे कर्म बाह्यरूपात चांगलं वाटत असलं तरी त्या कर्मामागे असणारी भावना अयोग्य होती. त्यामुळे बंधनदेखील त्या द्वेषपूर्ण बडबडीने वाईटच होणार.

खरंतर एखाद्या घटनेविषयी मनात जी भावना निर्माण होते, त्याचंच बंधन तयार होतं. हेच भाव भविष्यात बीजाचे काम करतात. म्हणून त्यांना भावबीज असं संबोधलं जातं. मग भावबीज पेरताच बंधन तयार होतात. परिणामी, जीवनात पुढे येणाऱ्या घटनादेखील फळाच्याच रूपात येतात. मग पुन्हा त्या घटना बंधन तयार करतात, ज्या परत तशाच घटना आणतात. अशा प्रकारे मनुष्याच्या भोवती कर्मबंधनाची शृंखला गुंफली जाते आणि त्यानंतर तो त्यातून कधी मुक्तच होत नाही.

बंधनं कशी खुलतात

आता या कर्मबंधनापासून कसं वाचावं? कर्मबंधनं तयार होऊ नयेत म्हणून काय करावं? खरंतर ही समस्या आहे. कारण मनुष्याचं शरीर, मन आणि बुद्धीने युक्त असं मशीन, यंत्र आहे. यात कर्मंही होत राहतील, विचार

पण सुरू राहतील आणि भावनाही निर्माण होतील. परंतु अशी एखादी अवस्था आहे का, ज्यात कर्मबंधनच तयार होत नाहीत? होय, निश्चितच आहे. जेव्हा मनुष्य प्रत्येक कार्य अकर्ता भावनेनं करतो, प्रत्येक घटनेकडे केवळ साक्षी बनून पाहतो, फक्त उपस्थित राहतो, तेव्हा त्याच्याद्वारे जे कर्म होतं, ते ईश्वरच करत असतो. त्याच्या शरीराला माध्यम समजून ईश्वर ते करतो तेव्हा त्याच्याद्वारे होणाऱ्या कर्माचं कोणतंही बंधन बनत नाही.

श्रीराम आणि कृष्ण या दोघांनी युद्ध केलं. कित्येक लोकांना मारलं, तरी त्याचं कर्मबंधन तयार झालं नाही. कारण त्यांच्या शरीरात कुठलाही 'मी' उपलब्ध नव्हता, तर तेथे केवळ ईश्वरच अभिव्यक्ती करत होता.

तात्पर्य- अकर्ता भावात स्थापित राहून कार्य केल्याने पाप आणि पुण्य हा भेदच नाहीसा होता. अशा वेळी ज्या घटना समोर येतात त्या उच्चस्तरावरच नेतात आणि अभिव्यक्तीसाठी संधी ठरतात.

यासाठी श्रीकृष्ण सांगतात, 'समत्वरूप योगच कर्मबंधनातून मुक्त होण्याचा मार्ग आहे. कारण समबुद्धीने युक्त-ज्ञानीजन कर्मापासून उत्पन्न होणाऱ्या फळांचा त्याग करून बंधनातून मुक्त होतात.' याचाच अर्थ, अकर्ता भावाने कर्म करून, त्या कर्माची जी चांगली-वाईट फळं येतील ती समान भावनेनं स्वीकारावीत. त्याचप्रमाणे जीवनात जशी परिस्थिती निर्माण होईल, त्यात अकंप भावनेनं बुद्धी स्थिर ठेवणं म्हणजेच समत्वयोग आहे.

मात्र जोपर्यंत मनुष्य समत्व भावनेत स्थापित होत नाही तोपर्यंत त्याने काय करावं? त्याच्या जुन्या कर्मबंधनातून मुक्त कसं व्हावं? यासाठी तीन जादूई मंत्र आपल्याला साहाय्य करू शकतात. ते मंत्र आहेत- 'स्वीकार', 'क्षमा' आणि 'जाने दो'.

पाणी जर एक ठिकाणी साचलं तर ते दूषित होतं, स्वास्थ्यासाठी हानीकारक ठरतं. पण वाहतं पाणी मात्र शुद्ध असतं. तीच गोष्ट विचारधारेसोबत आहे. 'तो असं का म्हणाला... चुकीचं का वागला... माझ्याकडे बघूनच त्याने असं तोंड का केलं... आता मी त्याला कधीही माफ करू शकणार

नाही... याचा बदला मी अवश्य घेईन...' अशा विचारांचं वादळ आपल्यात ब्लॉक्स, बाधा निर्माण करतात. जेणेकरून आपल्यामध्ये वाईट भावना तयार होते. तसंच शारीरिक आणि मानसिक आजार, नात्यांमध्ये कटुता अशा गोष्टींचा सामना आपल्याला करावा लागतो. ही गडबड थांबण्यासाठी प्रत्येक घटना वा परिणामाचा पूर्णपणे स्वीकार करा. असं केल्याने आपण त्वरित त्या दुःखातून मुक्त होऊ शकतो. इतरांच्या चुकांना क्षमा करा आणि तुमची चूक असेल तर क्षमा मागा. त्याच त्या गोष्टींचा वारंवार विचार करू नका आणि त्यांना स्वतःजवळ रोखून ठेवू नका. ज्या गोष्टींवर पुनःपुन्हा आपलं लक्ष केंद्रित होतं, त्या स्थायी रूपात टिकून राहतात. म्हणून जे काही होत आहे ते स्वीकार करा. लगेच क्षमा मागा आणि क्षमा करा.

आपण जेव्हा स्वीकार आणि क्षमा मंत्रासोबत 'जाने दो' या तिसऱ्या जादूई शब्दाचा उपयोग कराल. तेव्हा तुम्हाला जाणवेल, 'आजवर माझ्यात जो काही अवरोध होता तो आता दूर झालाय. सर्व बंधनं मुक्त होत आहेत. मी हलका होऊन माझ्या लक्ष्याप्रत, मोक्षाकडे अग्रेसर होतोय.'

अध्याय २ : ५०-५१

● मनन प्रश्न :

१. आपल्याकडून पूर्वी घडलेल्या काही कर्मांवर मनन करा, जी करताना आपण अतिशय तणावग्रस्त होता. शिवाय त्यांचा परिणाम पाहून खूप चिंतित होता. त्या चिंता आणि तणावामुळे आपल्याला कोणकोणत्या शारीरिक, मानसिक वा कौटुंबिक समस्यांशी सामना करावा लागला?

२. आज दिवसभर आसक्तीशिवाय कर्म करण्याचा प्रयत्न करा. असं करताना आपल्या मनःस्थितीचं अवलोकन करा. या नव्या परिस्थितीत कर्म केल्यानंतर आपल्याला पूर्वीपेक्षा किती तणावमुक्त आणि आनंदी वाटलं? यावर मनन करा.

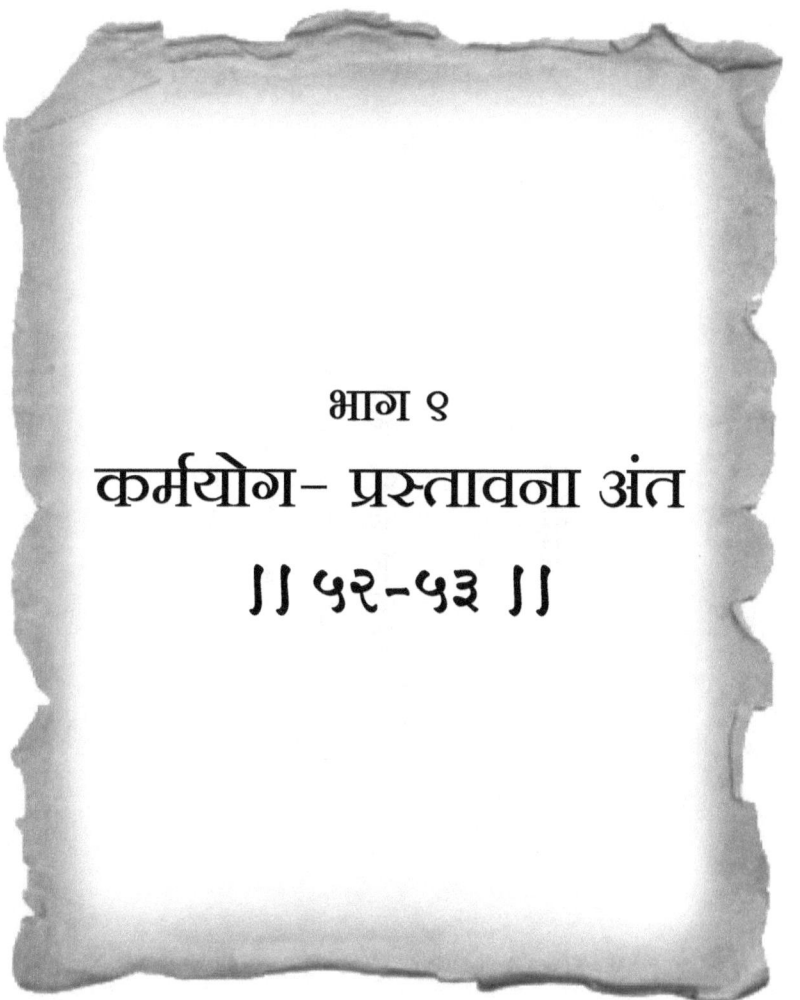

भाग ९
कर्मयोग- प्रस्तावना अंत
॥ ५२-५३ ॥

अध्याय २

यदा ते मोहकलिलं बुद्धिर्व्यतितरिष्यति।
तदा गन्तासि निर्वेदं श्रोतव्यस्य श्रुतस्य च ॥५२॥
श्रुतिविप्रतिपन्ना ते यदा स्थास्यति निश्चला।
समाधावचला बुद्धिस्तदा योगमवाप्स्यसि ॥५३॥

५२-५३

श्लोक अनुवाद : जेव्हा तुझी बुद्धी मोहरूपी दलदलीतून कायमस्वरूपी योग्यप्रकारे बाहेर पडेल तेव्हा तू या ऐकीव, लोक आणि परलोकासंबंधी सर्व भोगातून वैराग्य प्राप्त करशील॥५२॥

विविध प्रकारचे वचन ऐकून विचलीत झालेली तुझी बुद्धी जेव्हा भगवंतात अचल आणि स्थिर होईल, तेव्हा तू योगाला प्राप्त होशील अर्थात तुझा परमेश्वराशी नित्य संयोग होईल॥५३॥

गीतार्थ : अर्जुन अद्याप मायेच्या आधीन असल्याने त्याच्यात 'मी'चा भाव जागृत आहे. वस्तूंनाच तो आपलं समजू लागतो. त्यांच्यावर आधिपत्य गाजवतो. याच भावनेने मोहाची सुरुवात होते. मोहामुळे मनुष्यात भीती आणि असुरक्षितपणाच्या भावना निर्माण होतात. 'माझं जे आहे, ते कधी दूर होऊ नये' असं वाटू लागतं. अर्जुनासोबत नेमकं असंच घडत होतं. तो स्वतःला 'मी' आणि इतर लोकांना 'माझं' समजत होता. त्याच्या अज्ञानाने निर्माण झालेल्या मोहालाच श्रीकृष्ण दलदल संबोधत होते, ज्यात मनुष्य अडकतच जातो. एवढंच नाही तर त्याच्या शेवटच्या घटकेपर्यंत, मृत्यूपर्यंत तो त्यातून निघू शकत नाही.

माया अशी गोष्ट आहे, जिने संपूर्ण जीवांना आपल्या प्रभावाखाली ठेवलंय. मायारूपी ऑक्टोपसने आपल्या आठ पायांनी जीवाला जखडून ठेवलंय. या अष्टमायेचे आठ पाय आहेत- मी, माझे, मला, तू, तुझे, तुला, तो, त्याला. अशा प्रकारे मनुष्य जसा अष्टमायेच्या पकडीत येतो, तसा तो परमचेतनेपासून अलग होतो. जेथे तो 'मी' आणि दुसरा 'तो' होतो. 'मी'ची भावना निर्माण होताच व्यक्तींचे विकार बळावतात. म्हणजे आसक्ती, काम, क्रोध, मद, मत्सर, महत्त्वाकांक्षा, कामना, लोभ, स्वार्थ, भय, ईर्ष्या, श्रेय मिळाल्याने खुश होणे हे विकार विकसित होतात. हे चुकीचे संस्कार मायेची पकड आणखीच मजबूत, घट्ट करतात.

मायेत फसलेल्या मनुष्याला हा संसार आणि त्यातील भोगच खरे, सत्य वाटू लागतात. इतर सर्व खोटं, असत्य वाटतं. भोग म्हणजे खाणं-पिणं, पैसे कमावणं,

अध्याय २ : ५२-५३

झोप, टीव्ही बघणं, हिंडणं-फिरणं, गॅजेट, नवीन फॅशनचे कपडे, दागिने, शॉपिंगमध्ये आनंद शोधणं, आपल्या महत्त्वाकांक्षा पूर्ण करणे आणि मग पुन्हा नव्या इच्छा, अपेक्षा जागृत करायच्या बस्स... अशा प्रकारे मायेत अडकलेला मनुष्य आपल्या इंद्रियांच्या संतुष्टीतच सुख मानतो. ईश्वर आणि अध्यात्माच्या गोष्टी त्याच्या समजेपलीकडच्या असतात. जेव्हा त्याला सांगितलं जातं, 'ईश्वरच आहे, तू नाहीसच' तर तो म्हणेल, 'ईश्वर तर मला कुठेही दिसत नाही पण मी तर साक्षात दिसतोय ना!' याचाच अर्थ, मी तर निश्चित आहेच. मात्र ईश्वराचं मला काही ठाऊक नाही... अशा प्रकारे मनुष्य कर्मयोगाचे संदेशही आपल्या सोयीनुसार परिभाषित करतो. त्याला जर सांगितलं, 'काही वेळ ईश्वराच्या ध्यानासाठी, सेवेसाठी काढ' तर तो लगेच म्हणेल, 'माझ्यासाठी कर्म हीच पूजा आहे.' अशा प्रकारे फळाच्या अपेक्षेनं सकाम कर्मांनाही तो पूजा समजतो. मात्र फळाशी आसक्त न होता अकर्ता भावनेनं केलेली कर्मच पूजायोग्य आहेत.

मायेत फसलेल्या मनुष्यावर ज्या वेळी ईश्वरीय कृपा होते, त्याच वेळी त्याच्या आयुष्यात आत्मज्ञान आणि कर्मयोगाविषयी सांगणारे गुरू पदार्पण करतात. ते त्याच्या जीवनाची दिशा आणि दशा दोन्ही बदलतात. जसं, श्रीकृष्णाने अर्जुनाची बदलली. सत्य ऐकून आणि जीवनात त्याचा अंगीकार करून मनुष्य सर्व सांसारिक भोग, वस्तूपासून वर उठतो. याचा अर्थ, तो संसारातील सुख-सुविधांचा उपयोग करणार नाही असं नव्हे. वास्तवात या सगळ्यांविषयी तो आसक्त होणार नाही इतकंच! सुख-सुविधा मिळाल्या तरी तो लोभी होत नाही अथवा नाही मिळाल्या तरी दुःखी वा क्रोधीत होत नाही. काही मिळालं किंवा न मिळालं दोन्ही स्थितीत समान राहतो, समभाव ठेवतो.

अशा प्रकारे श्रीकृष्णाने अर्जुनाला आत्मज्ञान देऊन ईश्वर आणि माया यांविषयीचं रहस्य उलगडून सांगितलं. परंतु केवळ ज्ञान ऐकणं पुरेसं नसतं, तर ते अनुभवाच्या स्तरावर उतरवण्याचीही आवश्यकता असते. अर्जुनाकडून

हीच अपेक्षा करत श्रीकृष्ण म्हणतात, 'तू आत्मज्ञानाला-अनुभवात-उतरवून मोह आणि भोगाविषयी अनासक्त होशील तेव्हाच सेल्फशी (ईश्वराशी) एकरूप होशील. हीच आत्मसाक्षात्काराची अवस्था असून मानवी जीवनाचं कुलमूल लक्ष्यदेखील हेच आहे.'

प्रस्तुत श्लोकात विचलित बुद्धीविषयी आणखी एक महत्त्वाचा संकेत दिला आहे. मनुष्याची आध्यात्मिक यात्रा हजारो वर्षांपासून सुरू आहे. चेतनेचा अनुभव ज्याने जसा केला तसं त्याने त्याचं वर्णन केलं. मात्र काही लोक चेतनेचा अनुभव करू न शकल्याने इतर काही गोष्टींनाच अध्यात्म समजून बसले. त्या वेळी त्याचं लक्ष सिद्धी आणि शक्तीवरच केंद्रित होतं. त्यावरच त्यांनी अनेक ग्रंथ रचले. त्याचप्रमाणे काहीजणांनी लोकांच्या समस्येवर दिलासा मिळावा, यासाठी अनेक मार्ग शोधले. पण समस्या कोणाला आली आहे? त्रास नेमका कोणाला होत आहे? हे वास्तव, सत्य सांगितलं नाही. अशा प्रकारे हे सर्व लोक वेगवेगळ्या मार्गांने अध्यात्म नावाच्या एकाच छताखाली आले.

आता लोकांसमोर इतकं खिचडी ज्ञान उपलब्ध आहे, की कुणाचं ऐकावं आणि कुणाचं नाही हेच त्यांना समजत नाही. अशा स्थितीत आत्मज्ञान ग्रहण करण्यापूर्वी जुनं-पुराणं ऐकलेलं ज्ञान आणि त्यासंदर्भातील धारणा यांतून मुक्त होणं आवश्यक आहे. जसं, एखादा माठ जर मातीने पूर्णपणे भरलेला असेल तर आपण त्यात पाणी भरू शकत नाही. अगदी त्याचप्रमाणे खिचडी ज्ञानाने, चुकीच्या धारणांनी बुद्धी जर भरलेली असेल तर ती स्थिर राहून आत्मज्ञान कसं बरं ग्रहण करू शकेल? म्हणूनच श्रीकृष्ण सांगतात, 'भिन्न-भिन्न वचनं ऐकून विचलित झालेली तुझी बुद्धी जेव्हा त्या परमेश्वरात अचल आणि स्थिर होईल, तेव्हाच तू सेल्फशी एकाकार होशील.' तुझ्यातील 'मी'चा नाश होऊन तू तोच एक बनशील, ईश्वराशी एकरूप होशील.

अध्याय २ : ५२-५३

● मनन प्रश्न :

१. आपलं मन अदृश्याचा आनंद घ्यायला शिकलंय का?

२. आपल्या जीवनात अशा कोणत्या गोष्टी, सुख-सुविधा आहेत, ज्यांच्याशिवाय आपण राहूच शकणार नाही. त्या सर्व गोष्टी काही काळ स्वतःपासून दूर ठेवा. जसं, एखाद्या दिवशी टीव्ही बघू नका, चहा पिऊ नका. एकावेळी एकाच आसक्ती असलेल्या गोष्टीसोबत प्रयोग करा. असं केल्याने आपण किती विचलित होतो हे पाहा आणि त्यावर मनन करा.

३. वेगवेगळ्या गोष्टींसोबत वरील प्रयोग करून आपल्या विचलित झालेल्या मनोभावनेकडे साक्षीभावाने पाहा. समत्व बुद्धीची नवी समज स्वतःला द्या आणि विचलित अवस्थेला स्थिर करण्याचा प्रयत्न करा.

भाग १०
स्थितप्रज्ञाचे लक्षण
॥ ५४-६१ ॥

अध्याय २

अर्जुन उवाच

स्थितप्रज्ञस्य का भाषा समाधिस्थस्य केशव। स्थितधीः किं प्रभाषेत किमासीत व्रजेत किम्।। ५४।।

श्रीभगवानुवाच

प्रजहाति यदा कामान्सर्वान्पार्थ मनोगतान्। आत्मयेवात्मना तुष्टः स्थितप्रज्ञस्तदोच्यते।। ५५।।

दुःखेष्वनुद्विग्नमनाः सुखेषु विगतस्पृहः। वीतरागभयक्रोधः स्थितधीर्मुनिरुच्यते।। ।।५६।।

यः सर्वत्रानभिस्नेहस्तत्तत्प्राप्य शुभाशुभम् । नाभिनंदति न द्वेष्टि तस्य प्रज्ञा प्रतिष्ठिता ।। ।।५७।।

यदा संहरते चायं कूर्मोऽङ्गनीव सर्वशः । इन्द्रियाणीन्द्रियार्थेभ्यस्तस्य प्रज्ञा प्रतिष्ठिता।। ५८ ।।

विषया विनिवर्तन्ते निराहारस्य देहिनः। रसवर्जं रसोऽप्यस्य परं दृष्टवा निवर्तते।। ५९ ।।

यततो ह्यपि कौन्तेय पुरुषस्य विपश्चितः । इन्द्रियाणि प्रमाथीनि हरन्ति प्रसभं मनः।।६० ।।

तानि सर्वाणि संयम्य युक्त आसीत मत्परः । वशे हि यस्येन्द्रियाणि तस्य प्रज्ञा प्रतिष्ठिता ।।६१ ।।

५४

श्लोक अनुवाद : अर्जुन म्हणाला, 'हे केशवा! समाधी अवस्थेत स्थित, परमेश्वर प्राप्त असलेल्या स्थिरबुद्धी पुरुषांचे लक्षण काय आहेत? तो स्थिर बुद्धी पुरुष कसा बोलतो आणि कसा चालतो?'।।५४।।

गीतार्थ : येथे श्रीकृष्ण युद्ध क्षेत्रात विचलित झालेल्या अर्जुनाला स्थिरबुद्धी मनुष्य बनवण्याचा प्रयत्न करत आहेत, ज्यायोगे त्याचा मोह दूर व्हावा. त्याच्यावरील मायेचं अज्ञानरूपी सावट दूर व्हावं. त्याने अपराधबोधातून मुक्त होऊन, आत्मयोगात स्थापित होऊन युद्ध करावं. त्यामुळेच त्यांनी अर्जुनाला युद्धभूमीवरच आत्मयोग आणि दुर्लभ आध्यात्मिक ज्ञान प्रदान केलं. आता हे सगळं ऐकून अर्जुनाच्या मनात जिज्ञासा निर्माण झाली. एक स्थिरबुद्धी मनुष्य असतो तरी कसा? त्याची देहबोली, उठणं-बसणं, चालणं-फिरणं असतं तरी कसं? तो सामान्य मनुष्यासारखाचं दिसतो की काही विशेष? अशी उत्सुकता अर्जुनात निर्माण झाल्याने श्रीकृष्ण त्याला स्थिरबुद्धी व्यक्तीची विशेषता सांगत आहेत.

५५

श्लोक अनुवाद : श्रीकृष्ण म्हणाले, 'हे अर्जुना! जेव्हा पुरुष मनातील सर्व इच्छा, अपेक्षांना त्यागतो आणि आत्मानंदातच खुश राहतो तेव्हा त्याला स्थितप्रज्ञ असं म्हणता येईल.'।।५५।।

गीतार्थ : अशा प्रकारे श्रीकृष्ण अर्जुनाला एक-एक करून स्थितप्रज्ञ मनुष्याचे लक्षण सांगत आहेत. या श्लोकात सर्व प्रथम ते म्हणाले, 'अशा मनुष्यात कुठलीही इच्छा शिल्लक नसते. सर्व इच्छा-कामनांचा त्याग केल्याने तो स्वानुभवच आनंद घेतो.'

मग आता प्रश्न असा निर्माण होतो, 'मनुष्याच्या मनात कुठलीही इच्छाच निर्माण होऊ नये असं शक्य आहे का?' इच्छेचा संपूर्ण त्याग होऊ शकतो का? तेव्हा येथे स्वतःच्या व्यक्तिगत स्वार्थाविषयी श्रीकृष्ण बोलत आहेत. कारण अशा इच्छा मनुष्य केवळ स्वतःच्या लाभासाठी मनात बाळगतो.

मनुष्य जेव्हा व्यक्तिगत इच्छा बाळगतो तेव्हा तो त्या इच्छांशी आसक्त होतो, ज्यायोगे तो मोहात फसतो. मग त्या इच्छापूर्तिसाठी तो चुकीचे कर्मही करतो. जेणेकरून त्याचे कर्म आणि विचार दोन्ही दूषित होतात. त्यानंतर तो इतर लोकांशी तुलना करू लागल्याने त्याच्यात ईर्ष्या, द्वेष यांसारखे विकार उत्पन्न होतात. मग त्याचा अहंकार वाढतो, तो लोभी बनतो. एक इच्छापूर्ती... मग दुसरी... त्यानंतर तिसरी... अशा प्रकारे ही शृंखलाच सुरू होते. जर त्याची इच्छा पूर्ण झाली नाही तर तो दुःख आणि निराशेचा शिकार होतो. तसं पाहिलं तर व्यक्तिगत इच्छा विकार आणि अहंकारच वाढवतात. शिवाय हेच मनुष्याच्या पतनाचं कारण बनतं.

मनुष्य स्थिर बुद्धी तेव्हाच राहू शकतो, जेव्हा त्याच्या इच्छा अव्यक्तिगत, निःस्वार्थ असतात. असं जर झालं तर आपण या विकारातून बचावलो असं समजा. म्हणून आपण अशाच इच्छा-अपेक्षा बाळगाल, ज्यात सर्वांचंच हित असेल. अशी इच्छा मनात बाळगून आपण करण्यायोग्य कर्म अवश्य कराल. पण निरपेक्ष भावनेनं, ईश्वरीय इच्छा समजून, सेवाभाव ठेवून पूर्ण तन्मयतेनं ते कार्य कराल. त्यानंतर त्याचं जे फळ मिळेल, ते ईश्वरीय प्रसाद समजून ग्रहण कराल.

श्रीकृष्ण जरी स्थिरबुद्धीवाले होते, तरी त्या वेळी त्यांची इच्छा होती, की अर्जुनाने आत्मयोगात स्थिर होऊन युद्धासाठी तयार व्हावं. परंतु त्यांची ही इच्छा व्यक्तिगत किंवा स्वार्थपूर्ण नव्हती. म्हणून युद्ध व्हावं अशीच त्यांची मनापासून इच्छा होती. मात्र अर्जुनाची युद्ध न करण्याची इच्छा व्यक्तिगत आणि स्वार्थी होती. म्हणून तो दुःखी आणि व्याकूळ होता.

जगात आजवर अनेक आत्मज्ञानी, स्थितप्रज्ञ संत झाले. ज्यांनी जनकल्याणाच्या इच्छेने आपलं अवघं जीवन त्या इच्छापूर्तीसाठी बहाल केलं. जसं, गुरूनानक, संत ज्ञानेश्वर, भगवान बुद्ध, जीजस इत्यादी. कारण त्यांना ठाऊक होतं, की ईश्वरच त्यांच्या देहाद्वारे कार्य करत आहे. म्हणून

त्यांना फळ मिळालं तरी ते सदैव आपल्या स्वानुभवात संतुष्ट आणि आनंदात राहिले. या भावनेनं इच्छा बाळगली तर त्यात वावगं, गैर असं काहीच नाही.

प्रस्तुत श्लोक या नव्या समजेसह सांगितला तर तो असा असेल– 'मनात असलेल्या सर्व स्वार्थपूर्ण इच्छा, कामना योग्यप्रकारे जाणणारा मनुष्यच स्थितप्रज्ञ होऊ शकतो.'

५६-५७

श्लोक अनुवाद : दुःखप्राप्ती झाल्यानंतर ज्याच्या मनात दुःखाचा आवेग येत नाही, शिवाय सुखप्राप्तीत जो सदैव वासनारहित आहे, ज्याचे मोह, द्वेष, भय, क्रोध नष्ट झाले आहेत, असा मुनी स्थिरबुद्धी असतो.।।५६।।

जो पुरुष सर्वत्र स्नेहरहित आहे, शुभ-अशुभ वस्तू प्राप्त झाल्यानंतरही तो न प्रसन्न आहे न अप्रसन्न, न दुःखी आहे न सुखी. तो न कुणाचा द्वेष करतो न राग, त्याची बुद्धी स्थिर असते.।।५७।।

गीतार्थ : पुढे श्रीकृष्ण सांगतात, 'अशा स्थितीतही तो विचलित होत नाही, जेव्हा सामान्य मनुष्य दुःखी असतो तेव्हाही तो विनम्रच असतो. जेव्हा सामान्य मनुष्य आनंदात असतो.' याचाच अर्थ, सुख-दुःखाचा त्याच्यावर जराही परिणाम होत नाही. दोन्ही अवस्थेत तो अकंप, आनंदी आणि समभावात राहतो.

मात्र, असं होणं तेव्हाच शक्य आहे जेव्हा मनुष्य कर्मफळ आणि इच्छांशी आसक्त नसतो. ही आसक्तीच सुख-दुःखाचं मूळ कारण आहे. आपल्या मनाप्रमाणे एखादं कार्य झालं तर ठीक अन्यथा आपण दुःखीच... अशी अवस्था होते. मात्र ज्याला आत्मयोगाचं ज्ञान आहे, तो प्रत्येक परिस्थिती व अवस्थेला साक्षीभावाने बघू शकतो. 'जे काही होत आहे, ते ईश्वरच करत आहे, त्याच्याच सोबत होत आहे. ही सगळी त्याचीच लीला आहे. आता तुझी इच्छा तीच माझी इच्छा...' अशा प्रकारे तो सुखदुःखाच्या चक्रातून बाहेर येतो.

ज्या मनुष्याला कर्मयोगाचं ज्ञान आहे, तो दुःखाच्या वेळीदेखील असं म्हणू शकतो, 'माझंच प्रारब्ध आहे... माझ्याच कर्माची फळं आहेत... माझंच एखादं बंधन खुलं होत आहे... चला, ही चांगली गोष्ट आहे...' अशा प्रकारे सुख आल्यानंतरही तो समभावात असतो, 'माझ्याकडून एखादं अयोग्य कर्म घडू नये, जे पुढे जाऊन बंधनाचं कारण बनेल...' अशा प्रकारे दक्षता बाळगून तो सुख-दुःखांची सर्व फळं ईश्वराला समर्पित करतो. ज्यायोगे त्याची आसक्ती आणि बंधनं दोन्ही दूर होतात. सुख दुःखापलीकडे जाऊन आता त्याला स्थैर्य प्राप्त होतं, बुद्धी स्थिर होते. आता तो अशी ज्योत, ज्वाला बनतो, की जीवनात कितीही मोठं वादळ आलं तरी कंपित होत नाही, विझत नाही.

श्रीकृष्ण पुढे सांगतात, 'ज्या मनुष्याचे मोह, भय आणि क्रोध नष्ट झाले आहेत, असा मुनी स्थितप्रज्ञ, स्थिरबुद्धी आहे. कारण आसक्ती तेव्हाच निर्माण होते जेव्हा मनुष्यात 'मी'आणि 'माझं' या भावना जागृत असतात. शिवाय एखाद्या गोष्टीचं भयही तेव्हाचं असतं जेव्हा काही हरवेल असं त्याला वाटतं असतं. शिवाय ज्या शरीराविषयी आणि लोकांविषयी त्याला आसक्ती असते, ज्यांना तो आपलं समजतो, ते हरवण्याची भीतीदेखील मनात कायम असते.'

एका मुलाला त्याची जीन्स पँट खूप आवडत असे. ती खराब होऊ नये, हरवू नये म्हणून तो धुण्यासाठी, प्रेस करण्यासाठीही देत नसे. ती फाटेल की काय याचं भय त्याला सतत वाटत असे. एकदा तो नसताना त्याच्या आईने ती ड्रायक्लिनींगसाठी दिली. मात्र दुर्दैवाने ती हरवली. आता धोबी खूप खजील झाला. तो त्या पँटची पूर्ण किंमत द्यायला तयार झाला. परंतु त्या मुलाची आई म्हणाली, 'तुझ्याकडून पहिल्यांदाच ही चूक झाली आहे, तेव्हा वाईट वाटून घेऊ नकोस... तशीही ती पँट खूप जुनी झाली होती. मी माझ्या मुलाला नवीन पँट आणून देईन. तू काळजी करू नकोस...'

अध्याय २ : ५६-५७

ही गोष्ट जेव्हा त्या मुलाला समजली तेव्हा तो अतिशय संतापला आणि केवळ धोब्यालाच नव्हे तर आईलाही भलतं-सलतं बोलू लागला. त्याच्या अशा व्यवहाराने घरातील सगळेच नाराज झाले. एका जुन्या जीन्ससाठी तो सर्वांवर इतकी आगपाखड का करतोय हेच कुणाला समजेनासं झालं.

तात्पर्य, एका क्षुल्लक गोष्टीची आसक्ती असल्याने संपूर्ण घराची शांती भंग होऊ शकते. कारण त्या मुलामध्ये जीन्स पँट विषयी 'माझी' ही अधिकाराची भावना होती. म्हणून ती कधी हरवू नये याची भीती त्याला होती आणि जेव्हा खरोखरच ती हरवली तेव्हा क्रोधाने तो लालबुंद झाला. तेच दुसरीकडे त्याच्या आईला त्या पँटविषयी कोणतीही आसक्ती नव्हती. म्हणून तिला भय किंवा क्रोधही आला नाही. त्याचप्रमाणे तिला त्या धोब्यालाही सहजपणे माफ करता आलं.

हे तर केवळ एक साध्या जीन्स पँटचं उदाहरण होतं. पण विचार करा, जीवनात काही समस्या आली, कटू प्रसंग आले तर अस्थिर बुद्धी असणाऱ्या लोकांचे काय हाल होतील? काही लोक तर त्यांच्या वस्तूंशी, इच्छेशी इतके आसक्त असतात, की त्या मिळाल्या नाही तर ते शरीरहत्या करायलाही मागे-पुढे पाहत नाही.

यासाठी श्रीकृष्णाद्वारे दर्शवलेला आत्मयोग आणि कर्मयोगाचा मार्ग समजून घेणं अत्यावश्यक आहे. ही आध्यात्मिक रहस्यं समजून, हळूहळू त्यांना आत्मसात करूनच जीवनात आपण स्थिरबुद्धीवाले बनू शकतो. असे लोक कितीही समस्या आल्या तरी कंपित, भयभीत होत नाहीत. जीवनात काही आलं अथवा गेलं, मिळालं किंवा हरवलं त्यांना काही फरक पडत नाही. असंच आपणदेखील बनायला हवं. जीवनात कोणतीही शुभ-अशुभ घटना घडली तरी, विचलित होऊ नका. कुठल्याही परिस्थितीत आनंदी आणि शांत राहा. तसंच ईश्वराला सांगा, 'सर्व काही तुझंच आहे. आता तुझी इच्छा तीच माझी इच्छा.'

किंबहुना मनुष्याची तयारी तर अशी स्थिरबुद्धी बनण्याची असायला हवी, की जेव्हा तो शरीरापासून विलग होत असेल तेव्हाही शांत, अकंप राहू शकेल. म्हणजेच त्याच्या मृत्यूसमयीही तो, 'मी हे शरीर नाही... मी अनंत अमर चेतना आहे...' खरंतर जो ही भावना मनात बाळगेल. तो मनुष्यचं 'स्थितप्रज्ञ' संबोधण्यायोग्य ठरतो.

५८-५९

श्लोक अनुवाद : कासव जसं आपली सगळी इंद्रियं आतमध्ये खेचून घेतो, त्याचप्रमाणे मनुष्याने जर आपल्या इंद्रियांवर योग्य ताबा ठेवला तरच त्याची बुद्धी स्थिर आहे असं म्हणावं लागेल।।५८।।

इंद्रियांद्वारे विषयांना ग्रहण न करणारे पुरुष निवृत्त (मुक्त) तर होतात परंतु त्याच्यांत असलेल्या आसक्तीतून मात्र ते मुक्त होत नाहीत. अशा स्थितप्रज्ञ असलेल्या पुरुषाची आसक्ती परमेश्वराच्या साक्षात्कारानंतरच निवृत्त होते।।५९।।

गीतार्थ : प्रस्तुत श्लोकांत श्रीकृष्ण सांगतात, 'स्थितप्रज्ञ मनुष्य इंद्रियाच्या विषयात कधीही अडकत नाही.' ही बाब सखोलपणे समजून घेण्यासाठी प्रथम 'इंद्रिय' आणि त्याचे 'विषय' समजणं आवश्यक आहे.

मनुष्याच्या अशा भागांना इंद्रिय संबोधलं जातं, ज्याद्वारे तो बाह्य जगाशी संपर्क साधतो. मुख्यतः डोळे, कान, नाक, त्वचा आणि जीभ ही माणसाची पाच बाह्य इंद्रियं आहेत. डोळ्याने आपण बाह्य जगाकडे पाहतो. कानाने आवाज ऐकतो, नाकाने सुवास तर जिभेने विभिन्न स्वाद घेतो आणि त्वचेने स्पर्श, संवेदनाची जाणीव होते.

खरंतर इंद्रिय मनुष्यासाठी वरदान आहेत. वास्तवात त्यासाठी ईश्वराला धन्यवादच द्यायला हवेत. यातील एक जरी इंद्रिय योग्य प्रकारे काम करत नसेल तर आपलं आयुष्यमान कमी होण्याची शक्यता असते. समजा,

आपण भोजन केलं परंतु आपल्याला जर त्याचा स्वादच आला नाही तर कसं वाटेल? डोळेच नसतील तर हा सुंदर संसार, विश्व आपण कसं बघू शकाल?

आता गोष्ट येते, इंद्रियाच्या विषयाची! जे इंद्रिय जी गोष्ट ग्रहण करते, तोच त्याचा 'विषय' बनतो. जसं, नाकाचा विषय सुगंध, दुर्गंध... कानाचा विषय आहे ध्वनी, आवाज, कोलाहल... त्वचेचा विषय आहे स्पर्श आणि जिभेचा स्वाद...

या श्लोकात श्रीकृष्ण अर्जुनाला सांगतात, 'स्थितप्रज्ञ मनुष्य आपल्या इंद्रियांना त्यांच्या विषयापासून दूर करतो. मात्र याचा अर्थ असा नव्हे, की तो आपले कान बंद करून बसतो, तोंडाला कुलूप लावतो किंवा नाकाने वासच घेत नाही. त्याची इंद्रियं विषयांचा अनुभव सहजपणे घेतात. पण तो त्या विषयाशी आसक्त होत नाहीत.'

उदाहरणार्थ, जिभेचा उद्देश आहे अन्नाची चव दर्शवणे, ते तिखट आहे, कडू आहे, गोड आहे की चमचमीत? जेवण करण्याचा उद्देश आहे, शरीराला आवश्यक तत्त्व आणि ऊर्जा देणे, त्यांना स्वस्थ ठेवणे. मात्र आज किती लोक या उद्देशानेच भोजन करत आहेत बरं? खूपच कमी! लोक केवळ स्वादासाठी स्वादिष्ट भोजन करतात आणि त्याची चव आठवत बसतात, गरज नसतानाही खातात. याचाच अर्थ, एका इंद्रियाची सहज, सामान्य क्रिया आसक्तीमुळे शरीराच्या अस्वास्थ्याचं कारण बनते.

अशा प्रकारे काही लोक आपल्या त्वचेला आवश्यकतेपेक्षा अधिक महत्त्व देतात. म्हणजे ए.सी. सारख्या सुख-सोयींमध्ये सतत राहून शरीराला नाजूक बनवतात. मग ते शरीर थंडी-उन्हाचा कमी-जास्त प्रभावदेखील सहन करू शकत नाही.

'मनुष्याची इंद्रियंच खरंतर त्याच्या पतनासाठी कारणीभूत ठरतात' असं धार्मिक पुस्तकात आपण वाचतो अथवा प्रवचनांमध्ये ऐकतो. मात्र तसं पाहिलं तर दोष इंद्रियांमध्ये नसून मनुष्याच्या विचारांत आहे. त्याचं मनच

विषयाकडे खेचलं जातं, इंद्रियं तर केवळ साधन आहेत.

एक स्थितप्रज्ञ मनुष्य आपल्या जिभेच्या स्वादाकरिता खात नाही तर शरीराचं पोषण चांगलं व्हावं यासाठी तो सात्त्विक अन्न ग्रहण करतो. उन्हाळ्याच्या दिवसात लाईट गेली तर तो एम.एस.सी.बी.ला दोष देत बसणार नाही, तर तो उकाडा सहन करेल. त्याच्या नाकाला सुगंध आला काय किंवा दुर्गंध आला काय, तो विचलित होणार नाही. 'इतका दुर्गंध कुठून येतेय... इतका कोलाहल का चाललाय... माझं आवडतं गाणं का लागत नाही... भाजीत मीठ कमी का आहे... टीव्हीवर आवडती सिरीअल सुरू असताना मध्येच लाईट का गेली...' अशी त्याची मनाची बडबड, कलकल चालणार नाही. अशा प्रकारे तो इंद्रियांचा उपयोग सहजतेनं, अनासक्त होऊन करेल. मात्र त्याचा दुरुपयोग करणार नाही.

पुढे अर्जुन श्रीकृष्णाला सांगतात, 'इंद्रियांद्वारे विषय ग्रहण न करणारे पुरुष केवळ विषयातून निवृत्त होतात परंतु त्यांच्यात असलेल्या आसक्तीतून मात्र ते मुक्त होत नाहीत.' तात्पर्य, मनुष्य जोवर आपले विचार आणि सवयीवर मनन करत नाही, तोवर तो आपल्या संकल्पशक्तीद्वारे इंद्रियांचं दमन करण्याचा अयशस्वी प्रयत्न करतो. हे तर असंच झालं ना, की एक मनुष्य इतरांना बघून उपवास करायचा विचार करतो. म्हणून तो दिवसभर जेवतच नाही. पण दिवसभर विचार मात्र खाण्याचेच असतात. 'आता संध्याकाळी मी उपवास सुटल्यानंतर काय खाऊ...' अशा प्रकारे तो आसक्तीतून दूर होत नाही. कारण त्यामागे, उपवास का ठेवायचा? याची पूर्ण समज नसते.

अशा प्रकारे इंद्रिय-विषयांची आसक्ती मनुष्याकडून जे करून घेईल ते कमीच आहे. त्यांच्या तृप्तीसाठी मनुष्य वाट्टेल ते करायला तयार असतो. म्हणून श्रीकृष्ण म्हणतात, 'ज्ञान आणि समज नसेल तर इंद्रिय सुखांची आसक्ती नाहीशी होत नाही. स्थितप्रज्ञ मनुष्य ज्ञान, ध्यान, सेवा आणि भक्ती करतो. इंद्रिय सुखांच्या आसक्तीतून मुक्त होऊन त्यांचा उपयोग सहजपणे करतो.'

६०-६१

श्लोक अनुवाद : हे अर्जुना! आसक्तीचा नाश न झाल्यानेही त्रासदायक स्वभावाची इंद्रियं प्रयत्नपूर्वक, बुद्धिमान पुरुषाचं मनदेखील जिंकून घेतं।।६०।।

म्हणून साधकाने त्याच्या संपूर्ण इंद्रियांना वश करून शांत चित्ताने, समर्पित होऊन ध्यानात बसावं. कारण ज्या पुरुषाची इंद्रिय वशमध्ये असतात, त्याची बुद्धीही स्थिर असते।।६१।।

गीतार्थ : काही लोक सत्संगात जातात, आध्यात्मिक पुस्तकं वाचतात. तेव्हा एखाद्या विशिष्ट इंद्रियसुखाची अतिआसक्ती (व्यसन) किती भयानक असते, हे त्यांना ठाऊक होतं. जसं, कुणाला गोड खूप आवडतं... एखाद्याला टीव्ही बघायला फार आवडतं... तर कुणाला सिगारेट ओढायला, खूप झोपायला, स्वादिष्ट खायला... अशा अनेक व्यसनात मनुष्य गुरफटतो. मग सत्संगात काही गोष्टी ऐकल्यानंतर कधीतरी ते असा निश्चय करतात, की आजपासून मी अमुक सवयीचा त्याग करेन.

एका मनुष्याला खाण्या-पिण्याची खूप आवड होती. मग एकदा जेव्हा त्याने अती खाण्याचे दुष्परिणाम ऐकले तेव्हा तो हादरलाच. घरी आल्यानंतर तो पत्नीला म्हणाला, 'आजपासून मी जेवणात फक्त सूप आणि सॅलड खाणार आहे आणि गोड तर एकदम बंदच...' मग रात्री पत्नीने जेवताना समोर टोमॅटो सूप आणून ठेवलं. पण समोर त्याचा मुलगा तर गुलाबजामवर ताव मारत होता. आता ते पाहून पित्याचं मन विचलित झालं. त्याने केवळ सूप पिण्याचाच निश्चय केला होता. मात्र गुलाबजाम पाहून त्याच्या तोंडाला पाणी सुटलं. तो मनोमन स्वतःला समजावू लागला. 'आज तर गुलाबजाम खाऊन घेऊ या. केलेल्या संकल्पावर उद्यापासून काम करू... जेथे इतके दिवस खात आलो तेथे आणखी एक दिवस... त्याने एवढा काय फरक पडणार...' आता अशा लोकांचा उद्या कधी उगवतो का? हे तुम्हीच सांगा.

म्हणून श्रीकृष्ण सांगतात, 'आसक्तीचा नाश न झाल्याने मनुष्याची इंद्रियं बलपूर्वक प्रयत्न करून बुद्धिमान पुरुषाच्या मनावरही ताबा मिळवतात.'

तात्पर्य- मनुष्यात बुद्धी असल्याने अमुक एखादं व्यसन वाईट आहे हेही त्याला समजतं. परंतु त्याची इच्छाशक्ती तीव्र नसल्याने तो ते सोडू शकत नाही. कारण त्याने आपल्या सवयीवर आणि आसक्तीवर पूर्णपणे मनन केलेलं नसतं.

सवयीमागे दडलेल्या समजेवर मनन केल्याने आसक्ती नाहीशी होते. अन्यथा नववर्ष येतं तेव्हा लोक खूप संकल्प करतात, 'या वर्षापासून आम्ही नियमितपणे फिरायला जाऊ... व्यायाम करू... डायरी लिहू...' परंतु त्यांचा हा संकल्प चार दिवसही टिकत नाही. ते सहजपणे इंद्रियांना वश होऊन पुन्हा त्याच सवयीमध्ये अडकतात.

पुढे श्रीकृष्ण सांगतात, 'साधकाने आपल्या संपूर्ण इंद्रियाला वश करून शांत चित्ताने मला समर्पित होऊन ध्यानस्थ व्हावं.'

इंद्रियांना वश करण्याचा अर्थ येथे इंद्रियांचं दमन करणं नाहीये, तर दमनाचा अर्थ आहे, इंद्रियांना त्याचा विषय ग्रहण करण्यापासून रोखणं. स्वतःचं खरं स्वरूप जाणून 'मी शरीर नाही'चा बोध जागृत करून इंद्रियांना आज्ञाधारक बनवणे. याचाच अर्थ, आपण इंद्रियाचे मालक बनायचं आहे. इंद्रियांनी आपलं मालक बनू नये. समजा, आपले डोळे दृश्य बघतात. म्हणून डोळ्यांना शरीराची इनपुट डिवाइस किंवा युक्ती म्हटलं जातं. याद्वारे बघितलेले दृश्य, माहिती आपल्या मेंदूच्या मेमरीत स्टोर केली जाते. आपण ज्या प्रकारची माहिती वा दृश्य ग्रहण करतो, बघतो तसेच आपले विचार, चिंतन बनतं. इतकंच नव्हे, तर आपलं संपूर्ण व्यक्तीत्वच तसं बनतं.

यासाठी आता बघा, आपले डोळे, कोणत्या दृश्यासोबत जास्त आसक्त होतात? टीव्ही, वर्तमानपत्र, मायेचं विज्ञापन वा कुठे भांडण चाललं असेल तर तिथे लगेच केंद्रित होतात का? याचं काळजीपूर्वक अवलोकन करा.

मात्र येथे जर जबरदस्तीनं डोळ्यांचं दमन करून त्यांना बघण्यापासून रोखलं, म्हणजे टीव्ही बंद केला तरी दिवसभर त्याचेच विचार मनात येतील. 'त्या सिरीयलमध्ये पुढे काय झालं असेल... न्यूजमध्ये काय सांगितलं असेल...' अशा प्रकारे आपले विचार दूषित होऊन इंद्रियांवरही आपला ताबा राहत नाही. त्यामुळे ही पद्धत योग्य ठरत नाही.

मात्र यावरचा योग्य उपाय म्हणजे मनाला प्रशिक्षण, समज देऊन हळूहळू त्याला ट्रॅकवर आणणे. जसं, डोळे जर एखाद्या गोष्टीवर केंद्रित झाले, आसक्त झाले तर साक्षी बनून आपल्या अंतर्यामी डोकावून बघा. कारण कुठल्याही गोष्टीवर चांगलं-वाइटाचं लेबल न लावणे म्हणजे साक्षी होऊन बघणे. आपले विचार आणि भावनांकडे द्रष्टाभावनेनं बघून त्यावर मनन करा, 'ते दृश्य बघितल्यानंतर तुमच्या मनात काय खळबळ माजली?' जसं, एखादी नकारात्मक न्यूज ऐकून तुम्ही निराश, दुःखी कसं होता, त्याविषयी नको-नको ते विचार मनात कसे येतात, त्या वेळी कोणत्या इच्छा जागृत होतात? तेव्हा आपला मूड कसा असतो? मनात कसे स्वसंवाद सुरू असतात? ते पाहा. त्याचप्रमाणे- 'हे जग आता भरवसा ठेवण्यायोग्य राहिलंच नाही... आपलेच लोक अस्तिनीतील साप असतात... माझ्यासोबत असं घडलं तर मी तोंडावर उत्तर देईन... अजिबात ऐकून घेणार नाही... माझ्याकडे जगातील सर्वोत्कृष्ट कार असावी... मला जगभ्रमण करायचं आहे...' ही मनाची बडबडदेखील ऐका.

आपण बाहेर जातो, तेव्हा आपली नजर सदैव दिखाऊ सत्यावरच केंद्रित होते. बाजारात किंवा मॉलमध्ये फिरत असताना शोकेसमधील साडी, फॅशनेबल ड्रेसेस, चमचमणारे दागिने यांवरच वेधली जाते. तसंच कुणाच्या हातात कोणत्या कंपनीचा मोबाइल आहे, त्याची बाईक कशी आहे... कारचं मॉडेल कोणतं आहे... यावरच आपली नजर खिळते. याचाच अर्थ, आपल्या मनात किती इच्छा-अपेक्षा दडलेल्या आहेत, याचं दर्शन आपल्याला होतं. आपण ज्या उत्सुकतेनं त्यांना पाहतो, तेव्हा त्या

अध्याय २ : ६०-६१

आपल्याला मिळाव्यात अशी इच्छा मनात जागृत होते, प्रबळ होते. परंतु ज्ञान नसेल, संयम नसेल तर डोळ्यांद्वारे पाहिलेल्या याच गोष्टी आपलं सुख-चैन हिरावण्यास पुरेशा ठरतात.

म्हणून यापुढे जेव्हा तुम्ही मायेच्या जगात वावराल, तेव्हा स्वतःला जाणण्यासाठी प्रथम आपल्या नजरेचे साक्षी बना. आपले डोळे आपणहूनच कुठे-कुठे स्थिरावतात? त्यानंतर कोणते विचार येतात? कोणत्या इच्छा निर्माण होतात? याचं अवलोकन करा. त्या वेळी स्वतःविषयी आपल्याला अनेक सूक्ष्म बाबींचं ज्ञान होईल. त्यावर मनन करून, शोध घेऊन, गुरूंच्या मार्गदर्शनानुसार कार्य करू शकाल. शिवाय स्वतःचं चांगल्या प्रकारे आकलन होईल. अशा प्रकारे हळूहळू इंद्रियांविषयीची व्यर्थता लक्षात येऊन त्याविषयी असलेली आपली आसक्ती नष्ट होईल.

● **मनन प्रश्न :**

१. निःस्वार्थ जीवनाचं महत्त्व समजून घेऊन आपल्या व्यक्तिगत इच्छा लिहा. त्या समोर आणा आणि आपण त्यांना अव्यक्तिगत कसे बनवू शकतो, यावर मनन करा.

२. इंद्रिय विषयांमध्ये आपल्याला कसं आकर्षित करतात? जेणेकरून तुम्हाला स्वास्थ्याविषयी वा अन्य समस्यांचा सामना करावा लागला? ही ओढ कमी करण्यासाठी आता आपण काय कराल? मनन करा.

३. मन आणि बुद्धी यांपैकी आपण कुणाचं ऐकता? 'स्व'स्वभाव आपल्यासाठी किती महत्त्वाचा आहे?'

भाग ११
परमशांतीचे उपाय
(सांख्ययोग समाप्त)
॥ ६२-७२ ॥

अध्याय २

ध्यायतो विषयान्पुंसः संगस्तेषूपजायते । संगात्संजायते कामः कामात्क्रोधोऽभिजायते। ६२ ।।

क्रोधाद्भवति सम्मोहः सम्मोहात्स्मृतिविभ्रमः। स्मृतिभ्रंशाद् बुद्धिनाशो बुद्धिनाशात्प्रणश्यति।। ६३ ।।

रागद्वेषवियुक्तैस्तु विषयानिन्द्रियैश्चरन्। आत्मवश्यैर्विधेयात्मा प्रसादमधिगच्छति।। ६४ ।।

प्रसादे सर्वदुःखानां हानिरस्योपजायते। प्रसन्नचेतसो ह्याशु बुद्धिः पर्यवतिष्ठते ।। ६५ ।।

नास्ति बुद्धिरयुक्तस्य न चायुक्तस्य भावना । न चाभावयतः शान्तिरशान्तस्य कुतः सुखम् ।। ६६ ।।

इन्द्रियाणां हि चरतां यन्मनोऽनुविधीयते। तदस्य हरति प्रज्ञां वायुर्नावमिवाम्भसि ।। ६७ ।।

तस्माद्यस्य महाबाहो निगृहीतानि सर्वशः । इन्द्रियाणीन्द्रियार्थेभ्यस्तस्य प्रज्ञा प्रतिष्ठिता।।६८ ।।

या निशा सर्वभूतानां तस्यां जागर्ति संयमी । यस्यां जाग्रति भूतानि सा निशा पश्यतो मुनेः ।।६९ ।।

आपूर्यमाणमचलप्रतिष्ठं–समुद्रमापः प्रविशन्ति यद्वत्। तद्वत्कामा यं प्रविशन्ति सर्वे स शान्तिमाप्नोति न कामकामी ।।७० ।।

विहाय कामान्यः सर्वान्पुमांश्चरति निःस्पृहः। निर्ममो निरहंकारः स शान्तिमधिगच्छति।। ७१ ।।

एषा ब्राह्मी स्थितिः पार्थ नैनां प्राप्य विमुह्यति । स्थित्वास्यामन्तकालेऽपि ब्रह्मनिर्वाणमृच्छति।।७२ ।।

६२-६३

श्लोक अनुवाद : विषयांचं चिंतन करणाऱ्या पुरुषाला त्या विषयांमध्ये आसक्ती निर्माण होते. मग त्या आसक्तीतून कामना उत्पन्न होते आणि त्यात विघ्न पडलं तर क्रोध निर्माण होतो.॥६२॥

क्रोधातून अत्यंत हीन भाव, अज्ञान उत्पन्न होतं. ज्यायोगे बुद्धीचा नाश होतो. बुद्धीचा नाश झाल्याने हा पुरुष आपल्या स्थितीतून निम्न स्तरावर येतो.॥६३॥

गीतार्थ : प्रस्तुत श्लोकांमध्ये श्रीकृष्ण अशा कुचक्राचं विवेचन करत आहेत, ज्यांचा आरंभ विषयांच्या चिंतनाने होऊन अंत मनुष्याची मूळ स्थिती खालावल्याने होतो. येथे मूळ स्थितीचा अर्थ आहे, आत्मानुभवाची स्थिती! प्रेम, आनंद आणि मौनाची स्थिती! जेथे मनुष्य पूर्णतः शांत, स्थिर आणि प्रसन्न असतो. परंतु समज प्राप्त केल्यानंतरही एखाद्या विषयाची आसक्ती त्याची शांती भग्न करू शकते. मनात विचारांचं वादळ निर्माण करू शकते.

याचं एक प्रसिद्ध उदाहरण रामायणातही आढळतं. सीता जेव्हा तिच्या मूळ अवस्थेत स्थापित होती, तेव्हा राजकुमारी असूनही श्रीरामांसोबत वनात अनेक कष्ट भोगात असतानाही आनंदित होती. परंतु जेव्हा तिला सुवर्णमृगाविषयी आसक्ती निर्माण झाली, तेव्हा आपलं सुख-चैन, शांती सर्व काही हरवून बसली. अशा प्रकारे ही आसक्तीच तिला त्रासदायक ठरली. हा विषय आणखी एका उदाहरणाने समजू या.

शांती आणि आनंदाने परिपूर्ण असलेल्या एका कुटुंबात एक स्त्री राहत होती. या माध्यमवर्गीय घरात आवश्यक अशा सर्व वस्तू उपलब्ध होत्या. मुलंही शाळेत जात होती, अभ्यास करत होती. ती स्त्रीदेखील सर्व काम करत असे. रिकाम्या वेळेत मुलांचा अभ्यास, आध्यात्मिक पुस्तकं वाचणे आणि सत्संगालाही जात असे. पति-पत्नी दोघंही मुलांनी उच्चशिक्षित व्हावं म्हणून बचत करून समंजसपणे घर खर्च भागवत होते. एकूणच हे कुटुंब सुखी आणि समाधानी असं होतं. कुटुंबातील प्रत्येकजण आपापली जबाबदारी ओळखून ती योग्य प्रकारे पार पाडत होता.

अध्याय २ : ६२-६३

एकदा ती स्त्री आपल्या शेजारी किटी पार्टीला गेली. तेव्हा तेथे जमलेल्या सर्व स्त्रियांचे फॅशनेबल कपडे, मेकअप, आभूषण तिच्यापेक्षा उत्कृष्ट दर्जाचे होते. सर्व स्त्रियांकडे आधुनिक स्मार्ट फोन होते. मात्र त्यांच्यासमोर तिचा फोन अगदीच जुना दिसत होता. आता तो फोन हातात धरण्याचीही तिला लाज वाटू लागली. न जाणो कुणी जर म्हणाले, 'कुठल्या जमान्याचा फोन आहे... तर' कारण त्या सर्व स्त्रिया, 'आजकल फॅशन काय आहे... कुणी काय विकत घेतलं... काय विकलं... सिनेमा कोणता लागला...' याविषयीच बोलत होत्या. अशा वातावरणात तिचा जीव गुरम रून गेला.

पार्टी संपताच ती घरी परतली. मात्र तिच्या मनात अद्याप पार्टीतील विषयांचंच **चिंतन** सुरू होतं. राहून-राहून तिच्या नजरेसमोर पार्टीतील स्त्रियांचे दागिने, कपडे, स्मार्ट फोन येत होते. आता तिच्यातही त्या वस्तूंविषयी **आसक्ती** निर्माण झाली. तिला वाटलं, 'माझ्याजवळ जर असे कपडे, फोन असता तर... आज मला खाली बघावं लागलं नसतं...' अशा प्रकारे तिच्यात अनेक **कामना-इच्छा** जागृत होऊ लागल्या.

ती विचार करत होती, 'माझ्याकडे सगळे कशा हीन नजरेनं बघत होते... इतक्या वर्षांत मी फक्त चूल आणि मूल यांतच अडकले... स्वतःसाठी मी कधी शॉपिंगही केलं नाही... मात्र आता मला नवीन फॅशनच्या दोन तरी साड्या घ्यायलाच हव्यात... उद्याच जाऊन स्मार्ट फोन आणते... म्हणजे पुन्हा पार्टीत गेल्यावर शरमेनं माझी मान खाली जाऊ नये...' संध्याकाळी पती घरी आल्यानंतर तिने लगेच आपली फर्माईश त्याच्यापुढे मांडली. पतीही आश्चर्यचकित झाला. 'अचानक हिला झालंय तरी काय?' असा विचार तो करू लागला. कारण तो बिचाराही जुनाच फोन वापरत होता. पुढच्या वर्षी मुलांना कोचिंग क्लास लावायचे होते. त्यामुळे फालतू खर्च करण्याची त्याची इच्छा नव्हती. सेव्हिंग करणं आवश्यक होतं.

मात्र पतीने 'नाही' म्हणताच ती खूप संतापली. तिच्या इच्छा

अपेक्षांचा भंग झाला. तिची सगळी स्वप्नं धुळीला मिळाली. खरंतर तशी ती खूपच शांत स्वभावाची स्त्री होती. परंतु तिच्या इच्छांमध्ये विघ्न आल्याने ती अतिशय **क्रोधित** झाली आणि विचार करू लागली, 'मी दिवसभर सगळ्यांसाठी इतकी मर-मर मरते पण कुणाला माझी पर्वा आहे का? स्वतःविषयी काही घेण्याचा, खरेदी करण्याचा मला हक्कच नाही का?'

अशा प्रकारे क्रोधामुळे तिच्या मनात नको नको ते नकारात्मक विचार यायला सुरुवात झाली आणि अज्ञानाचं सावट पसरलं. त्यामुळे योग्य काय आणि अयोग्य काय... हा विचार करण्याची तिची विवेकशक्तीच हरवली. क्रोध आल्यानंतर मनुष्य कोणाला काहीही बोलतो, चुकीचा व्यवहार करतो. इतरांना तसंच स्वतःलाही तो हानी पोहोचवायला कमी करत नाही. अशा प्रकारे सतत नकारात्मक चिंतन केल्याने त्या स्त्रीच्याही **बुद्धीचा नाश** झाला आणि ती भलतं-सलतं बोलू लागली.

आता ती स्त्री प्रेमळ, दयाळू, समंजस आणि आनंदी गृहिणी न राहता चिडचिडी, दुःखी आणि क्रोधिष्ट बनली होती. 'जगात इतर स्त्रियांकडे काय-काय आहे आणि माझ्याकडे मात्र काहीही नाही... किती अभावात जगावं लागतंय मला...' अशा प्रकारे ती मूळ अवस्थेपासून हलली, विचलित झाली. त्याचा परिणाम संपूर्ण घरावर झाला. सगळ्या घरादाराची शांतीच नष्ट झाली.

या उदाहरणाद्वारे आपण 'एखाद्या विषयाच्या चिंतनाने मनुष्य कोणत्या स्तरापर्यंत जाऊ शकतो, दुष्टचक्रात अडकल्याने काय होते, हे समजू शकतो. **विषयांचं चिंतन – कामना – क्रोध – मूर्खता, अज्ञान – बुद्धिविनाश आणि निम्न स्थितीत येणे, हे ते सर्व पडाव आहेत.**'

या चक्राच्या सुरुवातीला आणखी एक गोष्ट जोडता येईल– '**विषयांचं दर्शन वा श्रवण.**' कारण त्यानंतर विषयांचं चिंतन आरंभ होतं. म्हणून आपण एक गोष्ट नेहमी लक्षात ठेवायला हवी. आपल्या इंद्रियांना इतकं संयमित आणि अनुशासित करायला हवं, की कुठलीही परिस्थिती आली

तरी आपण मूळ आनंदी अवस्थेतून बाहेर येता कामा नये. सीतेने सुवर्णमृग पाहिल्यानंतर एकदा जरी स्वतःला विचारलं असतं, 'ही माझी आवश्यकता आहे की इच्छा? जर ही केवळ इच्छाच असेल तर मग मी यातून मुक्त होऊ शकते का?' तर रावणाने कदाचित तिचं अपहरण केलं नसतं. त्यासाठी आपल्याला आधीपासूनच तयारी करायला हवी. मनाला नेहमी सत्यश्रवण, सेवा आणि भक्तीच्या त्रिकोणात ठेवून मनाची समज वाढवायला हवी.

६४-६५

श्लोक अनुवाद : सर्व राग-द्वेषातून मुक्त असलेली व्यक्ती आपल्या इंद्रियांद्वारे विषयांमध्ये विचरण करते त्यामुळे ती भगवंताची कृपा झाली म्हणून प्रसन्न होते, संतुष्ट होते॥६४॥

आता अंतःकरणपूर्वक प्रसन्न झाल्याने तिच्या संपूर्ण दुःखाचा नाश होतो. मग लवकरच त्या प्रसन्न चित्त कर्मयोग्याची बुद्धी भौतिक गोष्टीपासून दूर होऊन परमेश्वरातच स्थिर होते॥६५॥

गीतार्थ : श्रीकृष्ण अर्जुनाला सांगतात, 'तुला जर सहज, सरळ भाषेत ज्ञान दिलं तर ते असं असेल, ज्या मनुष्याचं मन सहज आहे, शांत आहे, तो आपली सर्व कार्यं अगदी सहजतेनं करतो आणि सदैव खुश राहतो.'

आता याला विस्तारपूर्वक समजूया. मनुष्याचं मन म्हणजे विचारांचं गाठोडं. मनातील विचार कोणत्या प्रकारचे आहेत. त्यानुसार त्याला दोन भागांमध्ये विभाजित केलं जातं. १) सहज मन २) तुलनात्मक मन.

सहज मन प्रत्येक काम कुठलंही श्रेय न घेता सहजतेनं करतं. शिवाय त्यावर ते कमी-जास्त, तुझं-माझं असं कोणतंच बिरूद लावत नाही किंवा एखादी गोष्ट वाढवूनही सांगत नाही. म्हणून या सहज मनाला 'ईश्वरीय मन' असंही संबोधलं जातं. कारण सेल्फची सारी कामं या सहजमनाद्वारेच होतात.

दुसरीकडे- 'तुलनात्मक मन' हे 'मी'चा भाव बाळगणारे व्यक्तीचं

अध्याय २ : ६४-६५

मन आहे. ते नेहमी प्रत्येक गोष्टीवर सुखी-दुःखी, चिंतित, क्रोधित होत असतं. शिवाय नेहमी योजना बनवण्यात व्यस्त असतं. 'हे मी केलं...' हे मलाच करायचं आहे... माझ्या शिवाय हे काम कोणी करूच शकत नाही... अशा प्रकारे बकरीप्रमाणे हे सतत मी, मी करत राहतं, तुलना करत राहतं आणि अनुमानात जगतं. जसं, आज किती गरम आहे... यंदा पाऊस खूप पडतोय... थंडी भयंकर आहे. याउलट सहज मन म्हणतं, जेवढी पाहिजे तेवढीच थंडी आहे, पाऊस आहे, ना कमी ना जास्त...

तुलनात्मक कुठंलही काम करण्यापूर्वी दहा गोष्टींचा विचार करेल, 'असं केल्याने माझा काय फायदा होईल... किती नुकसान होईल... मला या कामात अपयश आलं तर लोक काय म्हणतील...' याउलट सहजमन म्हणतं, 'विश्वात जे काही काम चाललं आहे ते सर्व ईश्वराचंच आहे... मी तर केवळ निमित्तमात्र आहे... यश त्याचंच, अपयशही त्याचंच... मला तर फक्त उत्कृष्ट पद्धतीने काम करायचं आहे. सृष्टीची सर्व कार्यं स्वचलित, स्वघटित आहेत... जीवन आपल्या सुंदर गतीने वाहत आहे...'

तुलनात्मक मन त्या प्रवाशाप्रमाणे आहे, जे ट्रेनमध्ये आपलं सामान डोक्यावर घेऊन बसतं आणि मग विचार करतं, 'मला डोक्यावर किती ओझं घेऊन प्रवास करावा लागतोय' तेव्हा त्याला समजून सांगावं लागेल, 'बाबारे, एवढं ओझं वाहण्याची तुला खरोखरच गरज नाही. तू सामान खाली ठेवून निश्चिंतपणे बैस... तरीदेखील तुझा जीवनाचा प्रवास होणारच आहे...' मात्र येथे सर्व काम-धाम सोडून हातावर हात ठेवून बसा असं अजिबात सांगितलं जात नाही. केवळ या जीवनरूपी प्रवासात मानसिक ताण-तणाव घेऊन जगण्याची गरज नाही तर आपली सर्व कार्य सहजमनाला करू द्यावीत, असं सांगितलं जातंय.

काही लोक म्हणतात, 'आम्हाला कामाचं खूप टेन्शन, तणाव असतो.' वास्तवात त्यांना कामाचं नव्हे तुलनात्मक मनाच्या बडबडीने टेन्शन येतं, तणाव येतो. त्यासाठी प्रत्येक काम ईश्वराचं आहे हे समजून

केल्याने त्या कामाशी आपण आसक्त होणार नाही. शिवाय असं कार्य सहज मनाद्वारे झाल्याने ते उत्कृष्ट होईल यात शंकाच नाही.

प्रस्तुत श्लोकात श्रीकृष्ण सहजमनाने सांगत आहेत, 'राग-द्वेषातून मुक्त झालेला प्रसन्न साधक स्वानुभवात स्थापित होतो. त्याचं तुलनात्मक मन नाहीसं होऊन सहजमन कार्यरत होतं. त्यानंतर कुठल्याही गोष्टीविषयी आसक्ती राहत नाही. अमुक एक गोष्ट आवडते... दुसरी नाही, असं होत नाही. त्याची इंद्रियं आता अनासक्त, द्वेषरहित होऊन प्रत्येक गोष्ट सहजतेनं स्वीकार करतात. जे मिळालं, ते खाल्लं, जेथे झोपायला जागा मिळाली तेथे तो निद्रिस्त होतो. मग फॅन चालू असो वा नसो, बाहेर कोलाहल असला तरी... त्याला काही फरक पडत नाही.'

आता विचार करा, या गोष्टीमुळे ज्या मनुष्याला फरक पडत नसेल तो सदैव प्रसन्नचित्तच असणार ना? अन्यथा आज लहान-सहान गोष्टीबाबत लोक असं म्हणताना आढळतात, 'माझा मूडच चांगला नाही... खूप बोअर होतंय... डिप्रेस फील होतंय...' कारण त्यांच्या इंद्रियांना मनपसंद खाद्य मिळत नाही. पण जो सहजमनाने कार्य करतो, त्याच्या तोंडून अशी वाक्यं कधी ऐकायला मिळणार नाहीत. कारण प्रत्येक परिस्थितीत, वातावरणात खुश राहण्याची कला त्याला अवगत झालेली असते.

मनाची अशी स्थिर स्थिती असेल, हृदयात प्रसन्नतेचा झरा वाहत असेल, सद्गुरूंचं ज्ञान प्राप्त होत असेल तर अशा मनुष्याला आत्मसाक्षात्कार व्हायला कितीसा वेळ लागणार? त्याचं मन उत्साही, टवटवीत, खुलं असतं, जे सहजपणे ज्ञान ग्रहण करतं, आत्मसात करतं. मग हाच कर्मयोगी सत्यसाधक बनतो.

गुरू, साधकाला ज्ञान प्रदान करतात आणि तो ही गुर्वाज्ञेचं पालन करतो. अशा प्रकारे हळूहळू त्याचं शरीर प्रशिक्षित होऊ लागतं. मग अशा प्रशिक्षित शरीराची शांत इंद्रियंदेखील साधकाच्या सत्याच्या प्रवासात साहाय्यक ठरतात. त्याचे कान, सत्य श्रवण करतात. जिभेने नाम-स्मरण

अध्याय २ : ६६-६७

होते. डोळे, मायेतदेखील सत्याचेच दर्शन करतात. त्वचा, सत्याची अनुभूती घेते. मन समर्पित होतं. असं सर्व घडल्याने साधक लवकरच आत्मयोगात स्थापित होतो. त्याला मोक्षावस्था, स्वानुभवाची अवस्था प्राप्त होते.

६६-६७

श्लोक अनुवाद : ताबा नसलेलं मन आणि इंद्रियं असतील तर त्या पुरुषाची बुद्धी निश्चयी, दिव्य नसते, न त्याचं मन स्थिर असतं. मग अशा भावनाहीन मनुष्याला शांती कशी मिळेल? आणि शांती नसेल तर सुख तरी कसं मिळणार?।।६६।।

ज्याप्रमाणे पाण्यात चालणाऱ्या नावेला वेगाने वाहत असलेला वारा दूर नेतो, त्याचप्रमाणे विषयात विचरण करणारी इंद्रियं, ज्यावर मन सदैव केंद्रित असतं. ते अशा पुरुषाची बुद्धी भ्रष्ट करतं।।६७।।

गीतार्थ : श्रीकृष्ण अर्जुनाला सांगतात, 'ज्या मनुष्याचं मन आणि इंद्रिय प्रशिक्षित, संयमित नाहीत त्याची बुद्धी आणि भावना स्थिर नसते. त्यामुळे त्याच्या जीवनात सुख, शांतीही नसते.' श्रीकृष्णाच्या या बोलण्याला पुष्टी देण्यासाठी तुम्हाला कुठे दूर जाण्याची गरजच नाही. कारण तुमच्या आजुबाजूला बघितलं तर दहापैकी ८-९ लोक आपल्याला असे आढळतील, ज्यांच्याकडे जगण्यासाठीच्या सर्व आवश्यक गोष्टी उपलब्ध असतील. जसं, घर, गाडी, नोकरी तरीदेखील ते दुःखी, निराश, असंतुष्ट, तक्रारखोर आणि दोष देताना आढळतील.

खरंतर मनुष्याला जोवर अस्सल, खरा आनंद (सत्य, स्वानुभव) प्राप्त होत नाही, त्याचा अनुभव मिळत नाही. तोवर त्याचं मन कुठल्यातरी भौतिक इच्छेमागे धावत राहतं. त्याची ती इच्छा पूर्ण होताच तो थोडा वेळ आनंदी होतो. मग या क्षणिक आनंदालाच तो खुशी समजतो. आता काही वेळाने पुन्हा त्याच्या मनात नवीन इच्छा जागृत होते. मग तो आनंद क्षणार्धात व्याकुळता बनतो आणि जर ती इच्छा पूर्ण झाली नाही तर व्याकुळता,

निराशा, क्रोध आणि दुःखात तिचं परिवर्तन होतं. अशा प्रकारे ज्याच्याजवळ ईश्वर कृपेने सर्व काही होतं असा हा भला मनुष्यदेखील इच्छा-अपेक्षांच्या फेऱ्यात अडकून दुःखी होतो, सुखी राहूच शकत नाही.

आजचं युग सुख-सुविधांनी युक्त आणि गॅजेट्सचं आहे. मनुष्याचं यश, समाधान आणि आनंद त्याच्याकडे, टीव्ही, लॅपटॉप, आयफोन, आयपॅड, कार, बंगला, भारी कपडे, दागिने किती आहेत यांवरच अवलंबून असतं. समोरच्याच्या हातात मोबाईल फोनचा कोणता मॉडेल आहे यावरून त्याच्या परिस्थितीचा अंदाज लावला जातो. मग भलेही या गोष्टी मिळवण्यासाठी त्याचं आयुष्य पणाला लागलं असेल. त्याचा आनंद, मानसिक शांती, कौटुंबिक संबंध बिघडले असतील. ईर्ष्या, कपट, भीती, असुरक्षा अहंकार यांसारखे विकार आणि कित्येक आजारांशी त्याला सामना करावा लागला असेल. मात्र तोच मनुष्य समाजात यशस्वी ठरतो. इतरांच्या नजरेत स्वतःला यशस्वी आणि महान दिसण्याच्या नादात मनुष्य त्याच्या जीवनाचा मूळ उद्देशच (शाश्वत आनंद) हरवतो.

या सर्व सुख-सुविधा प्राप्त करून मनुष्य स्वतःला एखाद्या संस्थानचा राजा, आत्मनिर्भर आणि बलवान समजतो. पण वास्तव हे आहे, की तो पूर्णतः कमकुवत, परनिर्भर आणि गुलाम बनला आहे. आवश्यकतेपेक्षा अधिक सुविधा आणि साधन यामुळे तो शारीरिक व मानसिक रूपात कमजोर झालाय. कुठल्याही वाहनाशिवाय तो दोन पावलंही टाकू शकत नाही. लिफ्टशिवाय जिने चढला तर त्याला दम लागतो, थकतो. लाईट गेल्याने ए.सी. बंद झाला तर अस्वस्थ होतो. इंटरनेट कनेक्शन वा फोन नेटवर्क बंद झालं तर स्वतःला तो असहाय, अपूर्ण आणि एकाकी समजतो. एखाद्या दिवशी टीव्ही बंद पडला तर बोअर होतो. चांगला बेड नसेल तर झोप येत नाही. एक दिवस कामवाली बाई आली नाही तर सगळं घर अस्त-व्यस्त होतं. याचाच अर्थ, आज मनुष्य पूर्णपणे सुख-सुविधा आणि गॅजेटवर निर्भर झालाय नव्हे, त्यांचा गुलाम बनलाय, स्वतःचं स्वातंत्र्य हरवून बसलाय आणि हेच वास्तव आहे.

अध्याय २ : ६८-६९

पुढे श्रीकृष्ण सांगतात, 'वारा जसा पाण्यातून चालणाऱ्या नावेला दूर नेतो, तसंच विषयात रममाण होणारी इंद्रियं, ज्यावर मनुष्याचं मन केंद्रित असतं, ते त्याची बुद्धी भ्रष्ट करतात.'

तात्पर्य- मन म्हणजे दुसरं काही नसून आपल्यात चालणारे विचार, स्वसंवाद. आपली इंद्रियं जेव्हा एखादा विषय ग्रहण करत असतात तेव्हा त्यासोबत आपलं मनही संलग्न होतं, जोडलं जातं. जसं, आपण कानांनी काही ऐकतो तेव्हा आपलं सगळं लक्ष तिथेच केंद्रित होतं. मग आपण ऐकलेल्या गोष्टी, चुगली याचेच विचार मनात सुरू होतात. परंतु जो मनुष्य समंजस आहे, तो या गोष्टींकडे दुर्लक्ष करतो. त्यामुळे त्याच्या बुद्धीवर त्याचा कुठलाही वाईट परिणाम होत नाही.

याउलट काही लोक कच्च्या कानाचे असतात. त्यांना इकडच्या-तिकडच्या गप्पा, चिडवा-चिडवी, चेष्टा-मस्करी करण्यातच आनंद मिळतो. ते म्हणतात, 'समोरचा चुगली करतोय त्यात आमची काय चूक... आम्ही तर केवळ ऐकतोय... आम्हीतर कुणाविषयी एकही अयोग्य शब्द बोलत नाही...' परंतु कुणाची निंदा, चुगली ऐकणंही भविष्यात हानीकारक होऊ शकतं हे तेव्हा ते जाणत नाही. कारण आता आपल्याही मनात तसेच नकारात्मक विचार सुरू होतात. जेणेकरून हळूहळू आपली विचारधारा दूषित होते आणि आपणही तसेच बनतो.

आता आपल्या लक्षात आलंच असेल, की इतर सर्व इंद्रियांवर आपला ताबा आहे पण आपले कान कच्चे असतील तर त्यामुळेही किती नुकसान होऊ शकतं. आपलं संपूर्ण चरित्र दूषित होऊ शकतं. म्हणून सर्व इंद्रिय प्रशिक्षित आणि संयमित असणं किती आवश्यक आहे, हे लक्षात घ्या.

६८-६९

श्लोक अनुवाद : म्हणून हे महाबाहो! ज्या पुरुषाची इंद्रिय, त्या त्या विषयापासून विरक्त होऊन त्याच्या वशमध्ये आहेत, त्याची बुद्धी निःस्संदेह स्थिर आहे.।।६८।।

अध्याय २ : ६८-६९

संपूर्ण प्राणिमात्रांसाठी जी रात्र असते, त्यावेळी नित्य, ज्ञानस्वरूप परमानंदाच्या प्राप्तीसाठी स्थितप्रज्ञ योगी जागा असतो. शिवाय ज्या अशाश्वत सांसारिक सुखासाठी सर्व प्राणी जागे असतात, त्या वेळी परमेश्वराचे तत्त्व जाणणाऱ्या मुनीसाठी ती रात्र असते॥६९॥

गीतार्थ : प्रस्तुत श्लोकांमध्ये श्रीकृष्ण सांगतात, 'ज्याची इंद्रियं कुठल्याही विषयात आसक्ती अथवा लोभ लालसा ठेवत नाही, त्या मनुष्याची बुद्धी स्थिर असते. ती भरकटतही नाही आणि भ्रमितही होत नाही. तिच्याद्वारे प्रत्येक निर्णय योग्यप्रकारे घेतला जातो.' त्यानंतर श्रीकृष्णाने वास्तविक निद्रा आणि जागरणाचं रहस्य, विशद केलं. ते म्हणजे, 'सामान्य लोक ज्याला जाग्रण समजतात, वास्तवात ती झोप आहे. झोपणे आणि जागणे. ही स्थिती केवळ एक आत्मज्ञानीच जाणतो.'

चला, हे विधान अधिक सविस्तरपणे समजून घेऊ या. त्यापूर्वी हे जाणणं आवश्यक आहे, की तुमची झोपेची परिभाषा काय आहे? जेव्हा आपण म्हणता, 'तो मनुष्य झोपलाय' तेव्हा वास्तवात झोपतं कोण? आणि जेव्हा म्हणता, 'तो जागा आहे' तेव्हा जागं कोण असतं?

सामान्यतः ज्याला आपण झोपणं किंवा जागणं म्हणतो तेव्हा वास्तवात मनुष्याचं बाह्य मन झोपतं आणि जेव्हा तो जागा असतो तेव्हा अंतर्यामी असलेला सेल्फ स्वतःला शरीर समजून झोपतो.

आपण झोपतो तेव्हा आपले विचार मौनात डुबकी लावतात. मधमाशी जशी मध गोळा करून पुन्हा आपल्या पोळ्या जाऊन बसते आणि सकाळीच बाहेर पडते. अगदी अशाच प्रकारे आपले विचारदेखील आपल्याला जाग आल्यानंतरच सुरू होतात. झोपेत पुन्हा ते जेथून निघाले तेथे परततात. विचार शांत होतात म्हणजे आपण जेव्हा निर्विचार होतो तेव्हा मानसिक आणि शारीरिक शांती जाणवते. झोपेत किती तास व्यतीत झाले, सकाळ कधी झाली, हेदेखील आपल्याला समजत नाही. मग वास्तवात झोपलं कोण? आपलं बाह्य मन म्हणजेच विचारांचा समूह झोपला.

अध्याय २ : ६८-६९

सकाळी उठताच विचार पुन्हा मौनातून बाहेर यायला सुरुवात होते. जसं, 'अरे, आजतर मी खूपच झोपलो... मला खूप चांगली झोप लागली...' हे सर्व विचार स्वतःला सेल्फपासून वेगळे मानणाऱ्या व्यक्तीचे असतात. जोपर्यंत मनुष्यात 'मी-मी' करणारा अहंकार आहे, तोपर्यंत सेल्फ (ईश्वर) त्याच्यात निद्रिस्त असतो. मात्र गाढ झोपेत 'मी-मी' करणाऱ्या व्यक्तीचं मन शांत होतं, तेव्हा ईश्वर जागृत असतो. सकाळी 'मी' सुरू होताच सेल्फ झोपतो. परंतु एखाद्या शरीरात सेल्फ, आत्मसाक्षात्कारानंतरच जागतो, जेव्हा त्याच्यात आत्मयोगाचा अनुभव उतरतो. या अवस्थेत शरीर जागं असो वा निद्रिस्त, सेल्फ जागाच असतो आणि व्यक्ती मात्र निद्रिस्त असते.

श्रीकृष्ण सांगतात, संपूर्ण प्राणिमात्रांसाठी जी रात्र आहे तेव्हा आत्मयोगी जागतो आणि ज्या नाशवंत सांसारिक मायेत सगळे प्राणी जागे असतात तेव्हा आत्मयोगी मात्र निद्रिस्त असतो, निर्लिप्त असतो. आत्मयोगी तो, ज्याच्यात सतत 'मी-मी' करणारी व्यक्ती विलीन होते आणि केवळ सेल्फच असतो. आत्मयोग्याचं जागणं म्हणजे सेल्फचंच जागणं होय आणि त्याची झोप म्हणजे त्याच्यातील अहंकार, व्यक्तीचं झोपणं होय. सत्य श्रवण करून, त्यावर मनन करून ते आत्मसात केल्याने आपल्यातील सेल्फची जागृती वाढते. आपण जागृत अवस्थेत असाल तर आपल्या आजुबाजूच्या लोकांचं बोलणं ऐकून ते निद्रावस्थेत कसे आहे हे आपल्या लक्षात येईल. जसं, एखादा मनुष्य कोणाला अपशब्द वापरत आहे... मनोकथा बनवत आहेत... दोष देत आहे... त्रस्त होत आहे. अशा अवस्थेत तुम्ही निद्रिस्त असाल तर त्याच्या बोलण्यात सहभागी व्हाल, त्याच्यासारखाच व्यवहार कराल. मात्र आपण जर जागृत असाल तरच समोरचा निद्रिस्त अवस्थेत आहे, हे लक्षात येईल.

आपल्याला जर खरोखरच झोपेतून जागृत होण्याची इच्छा असेल तर दररोज प्रत्येक घटनेत स्वतःला विचारा, 'यावेळी मी खरोखरच जागृत आहे का? वास्तवात मी जो आहे तोच बनून जगतोय का?' मी इतर लोकांसारखा निद्रिस्त तर नाही ना? त्यानंतर आपला व्यवहार, वागणं आणि प्रतिसादच

अध्याय २ : ७०-७२

दर्शवेल, की तुम्ही जागे आहात वा निद्रिस्त!

काही क्षणांसाठी आपल्या जीवनात डोकावून पाहा, आजवर आपण कसे जगत आलो? व्यक्ती बनूनच ना! म्हणजे 'हा मला असा बोलला... तसा बोलला... आता मी त्याला दाखवेन... याचा बदला अवश्य घेईन...'

जसं, एका माणसाला खरंतर पन्नालालला शिव्या द्यायच्या होत्या. परंतु गैरसमजवश तो हिरालाललाच भलतं-सलतं बोलून जातो. आता जर हिरालाल जागृत असेल तर त्याच्या लक्षात येईल, 'हा तर मला ओळखतदेखील नाही. कारण तो ज्याला शिव्या देत आहे तो मी नाहीच. त्याला नक्कीच काहीतरी गैरसमज झालाय. वास्तवात तो स्वतःलाच जाणत नाही तेव्हा माझा नंबर कधी येणार? कारण इथेपण सेल्फ आहे आणि तिथेपण.'

असं आत्मज्ञान जेव्हा आपल्या जीवनात उतरेल तेव्हा आपण सर्वांवर करुणा कराल, प्रेम कराल. जगात अशी अनेक उदाहरणं आहेत, जेव्हा समोरच्याने खूप त्रास दिला तरी त्याला क्षमा केली, कधी द्वेष केला नाही. शत्रू असो वा मित्र, सर्वांवर समान रूपात प्रेम, करुणा आणि क्षमेचा वर्षाव केला. जीजसने त्यांना असह्य पीडा देणाऱ्यांसाठीदेखील ईश्वराकडे क्षमा मागितली. कारण ते पूर्ण जागृत होते. समोरच्यामध्ये जी चेतना आहे, तीच माझ्यातदेखील आहे, हे ते पूर्णपणे जाणत होते. अशा प्रकारे आपण जागृत आहात की निद्रिस्त, हे आपला प्रतिसादच दर्शवतं.

तसं पाहिलं तर सेल्फ, ईश्वर सदैव जागृतच असतो. परंतु मनुष्यामध्ये जेव्हा 'मी', व्यक्ती जागते, तेव्हा सेल्फ त्याला कंट्रोल देऊन स्वतः मात्र झोपायला जातो. मनुष्याच्या शरीरात व्यक्ती, 'मी' जागणं म्हणजे झोप आहे तर तिचं निद्रिस्त होणं जागृती आहे.

७०-७२

श्लोक अनुवाद : ज्याप्रमाणे अनेक नद्यांचं पाणी, परिपूर्ण अचल, विशाल असलेल्या सागरात त्याला जराही विचलित न करता सामावून जातं, त्याचप्रमाणे

स्थितप्रज्ञ पुरुषात सर्व भोग कुठलेही विकार उत्पन्न न करता सामावले जातात. असाच पुरुष परमशांती प्राप्त करतो, कारण तो भोग-विलासाची इच्छा बाळगत नाही।।७०।।

जो पुरुष सर्व कामना-इच्छांचा त्याग करून ममतारहित, अहंकाररहित आणि इच्छारहित होऊन वावरतो, तोच शांती प्राप्त करतो।।७१।।

हे अर्जुना! ब्रह्म प्राप्त केलेल्या मनुष्याची ही स्थिती आहे. ती प्राप्त झाल्यानंतर योगी कधी मोहित होत नाही. शिवाय अंतसमयीदेखील या ब्राह्मी अवस्थेतच स्थित होऊन तो बह्मानंदाला प्राप्त होतो।।७२।।

गीतार्थ : या अध्यायाच्या शेवटी श्रीकृष्ण पुन्हा इंद्रिय सुखात आधीन स्थितप्रज्ञ आत्मयोग्याचं वर्णन करत आहेत. त्यासाठी त्यांनी नदी, आपलं मूळ स्थान म्हणजे सागराला भेटण्यासाठी किती उतावीळ असते. त्यावेळी तिला किती रूपं धारण करावी लागतात. कधी झऱ्याच्या रूपात तर कधी रौद्र रूपात आणि कधी तर ती अगदी सौम्य, शांत रूप धारण करते. पण सागराशी मीलन होताच ती त्याच्याशी एकरूप होते, विलीन होते. तिथे तिचं अस्तित्वच हरवून जातं, नव्हे समुद्रच बनून जातं. नद्यांचा सागरावर कुठलाही प्रभाव पडत नाही. कारण त्याने आपलं मूळ रूप धारण केलेलं असतं. त्यामुळे कोणतीही नदी, कुठली पाण्याची धारा त्याला जराही विचलित करत नाही.

श्रीकृष्णाने इंद्रियांच्या इच्छा-वासनेला चंचल नद्यांची उपमा दिली आहे. आणि स्थितप्रज्ञ योग्याला समुद्रासमान स्थिर! मग इंद्रियांच्या इच्छा कितीही प्रबळ असल्या तरी नदीप्रमाणे योग्याच्या शांत मनात त्या विलीन होतात. त्या इच्छांचा योग्याच्या शांत अवस्थेवर कुठलाही परिणाम होत नाही.

या उलट वासनांच्या मागे धावणारा मनुष्य नेहमी सुख-दुःख, आशा-निराशा, लोभ-क्रोध असे विकार आणि विचारांच्यामध्येच हिंदकळत राहतो. 'जे आहे ते बेकार' आणि 'जे नाही त्याच्यासोबत प्रेम' या त्याच्या सवयीने तो सदैव असंतुष्ट राहतो. शिवाय मनोकल्पनेत मग्न राहून दुःखच आमंत्रित करतो. अशा प्रकारे सगळं काही त्याच्या मनाप्रमाणे घडलं तरी

त्याला संतुष्टी, समाधान मिळत नाही. कारण एक इच्छा पूर्ण होताच त्याच्या मनात दुसरी इच्छा जागृत होते.

यासाठी जीवनात ज्याला शाश्वत शांती हवी आहे, त्याने व्यक्तिगत स्वार्थी इच्छा आणि अहंकारातून ज्ञान व समजेद्वारे मुक्त व्हायला हवं. या गोष्टीवर श्रीकृष्ण खूप भर देतात. सांसारिक भोगांविषयीही त्याने आसक्ती ठेवता कामा नये. गुरूंद्वारे अर्जित झालेलं ज्ञान, योग्य आकलनासह अंगीकारून इच्छा, अहंकार आणि आसक्तीवर मनुष्य सहजासहजी विजय मिळवतो. त्यानंतर तो आत्मानुभवावर स्थापित होतो. मग त्याच अनुभवात राहून तो दिव्य अभिव्यक्ती करतो.

● **मनन प्रश्न :**

१. अशा एखाद्या घटनेवर मनन करा जेव्हा तुम्ही खूप क्रोधित झाला होता. त्या क्रोधामागे दबलेल्या अपूर्ण इच्छा, अपेक्षा प्रकाशात आणा. विचार करा, त्या इच्छांकडे आपण दुर्लक्ष केले असते, तरी क्रोध आला असता का? की आपण शांत राहिले असतो?

२. त्वरित इच्छेपूर्तीसाठी कोणतं कर्म आपल्याकडून घडलं, ज्यावर आजही पश्चात्ताप करण्याची वेळ आपल्यावर आली आहे? यावर मनन करा.

३. असाधारण समर्पण आपण कुठे करू शकतो आणि कुठे नाही?

● ● ●

एक अल्प परिचय
सरश्री

स्वीकार मुद्रा

सरश्रींचा आध्यात्मिक शोधाचा प्रवास त्यांच्या बालपणापासूनच सुरू झाला होता. हा शोध सुरू असतानाच त्यांनी अनेक प्रकारच्या पुस्तकांचं अध्ययन केलं. त्याचबरोबर या शोधकाळात त्यांनी अनेक ध्यानपद्धतींचा अभ्यासही केला. त्यांच्यातील या जिज्ञासेने त्यांना अनेक वैचारिक आणि शैक्षणिक संस्थांमध्ये जाण्यासाठी प्रेरित केलं. जीवनाचं रहस्य समजण्यासाठी त्यांनी **प्रदीर्घ काळ मनन करून आपलं शोधकार्य सातत्याने सुरू ठेवलं. या शोधातूनच त्यांना 'आत्मबोध' प्राप्त झाला.** आत्मसाक्षात्कारानंतर त्यांना जाणवलं, की अध्यात्माचा **प्रत्येक मार्ग ज्या शृंखलेने जोडलेला आहे, तो म्हणजे 'समज' (Understanding).** आत्मबोधप्राप्तीनंतर त्यांनी अध्यापनाचं कार्य थांबवलं आणि जवळ जवळ दोन दशकांहूनही अधिक काळ आपलं समस्त जीवन अखिल मानवजातीच्या आध्यात्मिक विकासासाठी अर्पण केलं.

सरश्री म्हणतात, ''सत्यप्राप्तीच्या सर्व मार्गांचा प्रारंभ जरी वेगवेगळ्या मार्गांनी होत असला, तरी सर्वांचा अंत मात्र एकच समज प्राप्त केल्याने होतो. ही **'समज'च सर्व काही असून ती स्वतःमध्ये परिपूर्ण आहे.** आध्यात्मिक ज्ञानप्राप्तीसाठी या 'समजे'चं श्रवणच पुरेसं आहे.'' ही समज प्रकाशमान करण्यासाठी आजपर्यंत **त्यांनी आध्यात्मिक विषयांवर तीन हजारांहून अधिक प्रवचनं दिली आहेत.** या प्रवचनांद्वारे ते अध्यात्मातील अतिशय गहन संकल्पना सहज, सुलभ आणि व्यावहारिक भाषेत समजावून सांगतात. समाजातील प्रत्येक स्तरावरील मनुष्य सरश्रींद्वारे सांगितल्या जाणाऱ्या या समजेचा लाभ घेऊ शकतो.

ही समज प्रत्येकाला आपल्या अनुभवातून प्राप्त व्हावी, यासाठी सरश्रींनी

'महाआसमानी परमज्ञान शिबिर' आणि त्यासाठी आवश्यक असणारी कार्यप्रणाली (सिस्टिम) तयार केली. **तिचा लाभ आज लाखो लोक घेत आहेत.** या प्रणालीला आय.एस.ओ. (ISO 9001:2015) प्रमाणपत्रही लाभलंय. या प्रणालीमुळेच अनेकांना सत्यमार्गावर वाटचाल करण्याची प्रेरणा मिळाली आहे. या समजेचा प्रचार आणि प्रसार करण्यासाठी त्यांनी 'तेजज्ञान फाउंडेशन' या आध्यात्मिक संस्थेचा पाया रचला. **'हॅपी थॉट्सद्वारे उच्चतम विकसित समाजाची निर्मिती करणे,'** हेच या संस्थेचं मुख्य उद्दिष्ट आहे.

विश्वातील प्रत्येक मनुष्य आज सरश्रींच्या मार्गदर्शनाचा लाभ घेऊ शकतो. त्यासाठी कोणत्याही धर्म, जात, उपजात, वर्ण, पंथ वा लिंग यांचं बंधन नसतं. विश्वाच्या प्रत्येक कानाकोपऱ्यांतील लोक आज 'तेजज्ञान'च्या अनोख्या ज्ञानप्रणालीचा (System for Wisdom) लाभ घेत आहेत. याच व्यवस्थेचा आणखी एक महत्त्वपूर्ण भाग म्हणजे, **दररोज सकाळी आणि रात्री ९ वाजून ९ मिनिटांनी लाखो लोक विश्वशांतीसाठी प्रार्थना करत आहेत.**

बेस्ट सेलर पुस्तक 'विचार नियम' शृंखलेचे रचनाकार म्हणूनही सरश्रींना ओळखलं जातं. **केवळ पाच वर्षांच्या कालावधीत या पुस्तकाच्या १ कोटीपेक्षा अधिक प्रती वितरित** झाल्या आहेत. याशिवाय आजवर त्यांनी विविध विषयांवर **१०० हून अधिक पुस्तकं लिहिली** आहेत. त्यांपैकी 'विचार नियम', 'स्वसंवाद एक जादू', 'शोध स्वतःचा', 'स्वीकाराची जादू', 'निःशब्द संवाद एक जादू', 'संपूर्ण ध्यान' इत्यादी पुस्तकं बेस्ट सेलर झाली आहेत. ही पुस्तकं दहापेक्षा अधिक भाषांमध्ये अनुवादित असून, पेंगुइन बुक्स, हे हाउस पब्लिशर्स, जैको बुक्स, मंजुळ पब्लिशिंग हाउस, प्रभात प्रकाशन, राजपाल ॲण्ड सन्स, पेंटागॉन प्रेस आणि सकाळ प्रकाशन इत्यादी प्रमुख प्रकाशन संस्थांद्वारे ती प्रकाशित झाली आहेत.

तेजज्ञान फाउंडेशन परिचय

तेजज्ञान फाउंडेशन आत्मविकासातून आत्मसाक्षात्कार प्राप्त करण्याचा एक मार्ग आहे. यासाठी सरश्रींद्वारा एक अनोखी बोधप्रणाली (System for Wisdom) निर्माण झाली आहे. या प्रणालीला आंतरराष्ट्रीय प्रमाणपत्राद्वारे ISO 9001:2015च्या आवश्यकतेनुसार आणि निकष पडताळून सरळ, व्यावहारिक आणि प्रभावी बनवलं गेलं आहे.

या संस्थेच्या प्रबोधनपद्धतीच्या भिन्न पैलूंना (शिक्षण, निरीक्षण आणि गुणवत्ता) स्वतंत्र गुणवत्ता परीक्षकांद्वारे (Quality Auditors) क्रमबद्ध पद्धतीने पडताळलं गेलं. त्यानंतर या पैलूंना ISO 9001:2015 साठी पात्र समजून या बोधपद्धतीला हे प्रमाणपत्र प्रदान करण्यात आलं.

या फाउंडेशनचे लक्ष्य आहे नकारात्मक विचारांकडून सकारात्मक विचारांकडे वाटचाल. सकारात्मक विचारांकडून शुभ विचारांकडे म्हणजे हॅपी थॉट्सकडे प्रगती. शुभ विचारांकडून निर्विचार अवस्थेकडे मार्गक्रमण आणि निर्विचार अवस्थेच्या अंती आत्मसाक्षात्कार प्राप्ती. 'मी सर्व विचारांपासून मुक्त व्हावे' हा विचार म्हणजे शुभ विचार (हॅपी थॉट्स). 'मी प्रत्येक इच्छेपासून मुक्त व्हावे', अशी इच्छा म्हणजे शुभ इच्छा.

तेजज्ञान म्हणजे ज्ञान व अज्ञान या दोहोंच्या पलीकडचे ज्ञान. पुष्कळ लोक सामान्य ज्ञानाच्या (General Knowledge) माहितीलाच ज्ञान मानतात. परंतु अस्सल ज्ञान आणि नुसती माहिती यांत फार मोठे अंतर आहे. आजमितीला लोक सामान्य ज्ञानाच्या उत्तरांनाच जास्त महत्त्व देतात. अशा ज्ञानाचे विषय म्हणजे कर्म आणि भाग्य, योग आणि प्राणायाम, स्वर्ग आणि नरक इत्यादी. आजच्या युगात सामान्यज्ञान प्राप्त करणारे लोक, शिक्षक मोठ्या प्रमाणावर आहेत; परंतु हे ज्ञान ऐकून जीवनात परिवर्तन घडून येत नाही. असे ज्ञान म्हणजे केवळ बुद्धिविलास आहे किंवा अध्यात्माच्या नावावर चाललेला बुद्धीचा व्यायाम आहे.

सर्व समस्यांवरील उपाय आहे तेजज्ञान. क्रोध, चिंता आणि भय यांपासून मुक्त जीवन म्हणजे तेजज्ञान. शारीरिक, मानसिक, सामाजिक, आर्थिक आणि आध्यात्मिक प्रगतीचा, सर्वांगीण प्रगतीचा मार्ग आहे तेजज्ञान. तेजज्ञान आपल्या

अंतरंगात आहे. येथे या आणि या गोष्टीचा अनुभव घ्या.

आपल्याला असे ज्ञान हवे आहे, की जे सामान्य ज्ञानापलीकडे आहे, जे प्रत्येक समस्येवरील उत्तर आहे, जे प्रत्येक समजुतीपासून, गृहीत धारणांपासून आपल्याला मुक्त करते, ईश्वरी साक्षात्कार घडविते, अंतिम सत्यात स्थापित करते. आता वेळ आली आहे शाब्दिक, सामान्यज्ञानातून बाहेर येऊन तेजज्ञानाचा अनुभव घेण्याची!

आजवर जप-तप, तंत्र-मंत्र, कर्म-भाग्य, ध्यान-ज्ञान, योग-भक्ती असे अनेक मार्ग अध्यात्मात सांगितले आहेत. या सर्व मार्गांनी प्राप्त होणारी अंतिम समज, अंतिम ज्ञान, बोध एकच आहे. अंतिम सत्याच्या शोधकाला, साधकाला शेवटी जी एकच 'समज' प्राप्त होते, ती 'समज' श्रवणानेसुद्धा प्राप्त होऊ शकते. अशा समजप्राप्तीसाठी श्रवण करणे यालाच तेजज्ञान प्राप्त करणे म्हटले गेले आहे. तेजज्ञानाच्या श्रवणाने सत्याचा साक्षात्कार घडतो, ईश्वरीय अनुभव मिळतो. हेच तेजज्ञान सरश्री महाआसमानी शिबिरात प्रदान करतात.

महाआसमानी परमज्ञान
शिबिर परिचय आणि लाभ (निवासी)

तुम्हाला सर्वोच्च आनंद हवाय? असा आनंद, जो कोणत्याही बाह्य कारणावर अवलंबून नाही... जो प्रत्येक क्षणी वृद्धिंगत होतो. या जीवनात तुम्हाला प्रेम, विश्वास, शांती, समृद्धी आणि परमसंतुष्टी हवी आहे का? शारीरिक, मानसिक, सामाजिक, आर्थिक आणि आध्यात्मिक अशा आयुष्याच्या सर्व स्तरांवर यशस्वी होण्याची तुमची इच्छा आहे का? 'मी कोण आहे' हे तुम्हाला अनुभवाने जाणावंसं वाटतं का?

तुमच्या अंतर्यामी अशा सर्व प्रश्नांची उत्तरं जाणण्याची इच्छा आणि 'अंतिम सत्य' प्राप्त करण्याची तृष्णा असेल, तर तेजज्ञान फाउंडेशनतर्फे आयोजित 'महाआसमानी शिबिरा'त तुमचं स्वागत आहे. हे शिबिर सरश्रींच्या मार्गदर्शनावर आधारित आहे. सरश्री, आजच्या युगातील आध्यात्मिक गुरू असून, ते आजच्या लोकभाषेत अत्यंत सहजपणे आध्यात्मिक समज प्रदान करतात.

महाआसमानी परमज्ञान शिबिराचा उद्देश :

विश्वातील प्रत्येक मनुष्यानं 'मी कोण आहे', या प्रश्नाचं उत्तर जाणून तो सर्वोच्च आनंदाच्या अवस्थेत स्थापित व्हावा, हाच या शिबिराचा मुख्य उद्देश आहे. प्रत्येकाला असं ज्ञान प्राप्त व्हावं, जेणेकरून त्यानं प्रत्येक क्षणी वर्तमानात जगण्याची कला आत्मसात करावी. तो भूतकाळाचं ओझं आणि भविष्याची चिंता यांतून मुक्त व्हावा. प्रत्येकाच्या आयुष्यात कधीही न संपणारा आनंद आणि योग्य समज यावी. शिवाय, प्रत्येकानं समस्या विलीन करण्याची कला आत्मसात करावी. थोडक्यात, मनुष्यजन्माचा उद्देश सफल व्हावा, हाच या शिबिराचा उद्देश आहे.

'मी कोण आहे? मी येथे का आहे? मोक्ष म्हणजे काय? या जन्मातच मोक्षप्राप्ती शक्य आहे का?' असे प्रश्न जर तुमच्या मनात असतील, तर त्यांवरील उत्तर आहे- 'महाआसमानी परमज्ञान शिबिर'.

महाआसमानी परमज्ञान शिबिराचे मुख्य लाभ :

वास्तविक या शिबिराचे लाभ तर असंख्य आहेत; पण त्यांपैकी मुख्य लाभ पुढीलप्रमाणे-

* जीवनात शक्तिशाली ध्येय निश्चित होतं
* 'मी कोण आहे' हे अनुभवाने जाणता येतं (सेल्फ रियलायजेशन)
* मनाचे सर्व विकार विलीन होतात.
* भय, चिंता, क्रोध, बोरडम, मोह, तणाव या नकारात्मक बाबींतून मुक्ती
* प्रेम, आनंद, मौन, समृद्धी, संतुष्टी, विश्वास अशा दिव्य गुणांशी युक्ती
* साधं, सरळ पण शक्तिशाली जीवन जगता येतं
* प्रत्येक समस्येचं निराकरण करण्याची कला प्राप्त होते
* 'प्रत्येक क्षणी वर्तमानात जगणं' हा तुमचा स्वभाव बनतो
* आपल्यातील सर्व सकारात्मक शक्यता खुलतात
* याच जीवनात मोक्षप्राप्ती होते

महाआसमानी परमज्ञान शिबिरात सहभागी कसं व्हाल?

या शिबिरात सहभागी होण्यासाठी तुम्हाला खालील बाबींची पूर्तता करायची आहे-

१) तुमचं वय कमीत कमी अठरा किंवा त्यापेक्षा अधिक असायला हवं.

२) सर्वप्रथम तुम्हाला 'सत्य-स्थापना' (फाउंडेशन टूथ रिट्रीट) शिबिरात सहभागी व्हावं लागेल. या शिबिरात, तुम्ही प्रामुख्यानं दोन बाबी शिकाल- प्रत्येक क्षणी वर्तमानात जगण्याची कला कशी आत्मसात करावी आणि निर्विचार अवस्था कशी प्राप्त करावी.

३) प्राथमिक स्तरावर तुम्हाला काही प्रवचनं ऐकायची असून, त्यांतून तुम्ही मूलभूत समज आत्मसात कराल आणि महाआसमानी शिबिरात प्रवेश करण्यासाठी तयार व्हाल.

हे शिबिर साधारणपणे एक-दोन महिन्यांच्या अंतराने आयोजित करण्यात येतं. यात हजारो सत्यशोधक सहभागी होतात. या शिबिराची तयारी दोन पद्धतींनी करू शकता. पहिली पद्धत- मनन आश्रम, पुणे येथे ५ दिवसीय शिबिरात भाग घेऊ शकता. दुसरी पद्धत- तेजज्ञान फाउंडेशनच्या जवळच्या सेंटरवर जाऊन सत्यश्रवणाद्वारेही करू शकता. महाराष्ट्रात अहमदनगर, सातारा, औरंगाबाद, नाशिक, नागपूर, वर्धा, अमरावती, चंद्रपूर, यवतमाळ, कोल्हापूर, सांगली, रत्नागिरी, लातूर, बीड, नांदेड, परभणी, पनवेल, मुंबई, ठाणे, सोलापूर, पंढरपूर, जळगाव, अकोला, बुलढाणा, धुळे, भुसावळ आणि महाराष्ट्राबाहेर सुरत, अहमदाबाद, बडोदा, नवी दिल्ली, बेंगलुरू, बेळगाव, धारवाड, रायपूर, भुवनेश्वर, कोलकाता, रांची, लखनौ, कानपूर, चंदीगढ, जयपूर, चेन्नई, पणजी, म्हापसा, भोपाळ, इंदोर, इटारसी, हर्दा, विदिशा, बुऱ्हाणपूर या ठिकाणी महाआसमानी शिबिराची पूर्वतयारी करू शकता.

तेजज्ञान फाउंडेशनमध्ये उपलब्ध असणाऱ्या सरश्रीलिखित पुस्तकांचं वाचन करून किंवा सरश्रींच्या प्रवचनांच्या सीडीज ऐकूनही तुम्ही या शिबिराची पूर्वतयारी करू शकता. याशिवाय, तुम्ही टीव्ही, रेडिओ किंवा यू ट्युबवरील सरश्रींच्या प्रवचनांचा लाभही घेऊ शकता. पण लक्षात घ्या, पुस्तकांतील ज्ञान, सीडी, टीव्ही, रेडिओ आणि यू ट्युबवरील प्रवचनं म्हणजे 'तेजज्ञानाची तोंडओळख' आहे; 'संपूर्ण तेजज्ञान' मुळीच नाही. तुम्ही महाआसमानी शिबिरात सहभागी होऊनच तेजज्ञानाचा आनंद घेऊ शकता. तेव्हा आगामी महाआसमानी शिबिरात सहभागी होण्यासाठी आजच संपर्क करा- 09921008060/75, 9011013208

महाआसमानी परमज्ञान शिबिरस्थान :

हे शिबिर पुण्यातील मनन आश्रम येथे आयोजित केलं जातं. येथे तुमच्या निवासाची आणि भोजनाची व्यवस्था केली जाते. तुम्हाला काही शारीरिक व्याधी असतील आणि त्यासाठी जर तुम्ही नियमितपणे औषधं घेत असाल, तर शिबिरात येताना ती सोबत बाळगावीत. शिवाय, वातावरणानुसार गरम कपडे, स्वेटर, ब्लँकेटही आणावं.

पुणे शहरापासून १७ किलोमीटर अंतरावर अत्यंत निसर्गरम्य परिसरात मनन आश्रम वसलेला आहे. आश्रमात महिला आणि पुरुष यांच्या निवासाची स्वतंत्र व्यवस्था असून येथे जवळपास ८०० लोकांच्या राहण्याची व्यवस्था आहे. आपण हवाईमार्ग, हायवे किंवा रेल्वे अशा कोणत्याही मार्गाने पुण्यात येऊ शकता.

मनन आश्रम : मनन आश्रम, पुणे, सर्व्हे नं. ४३, सणस नगर, नांदोशी गाव, किरकटवाडी फाटा, तालुका- हवेली, जिल्हा- पुणे- ४११०२४. फोन- 09921008060

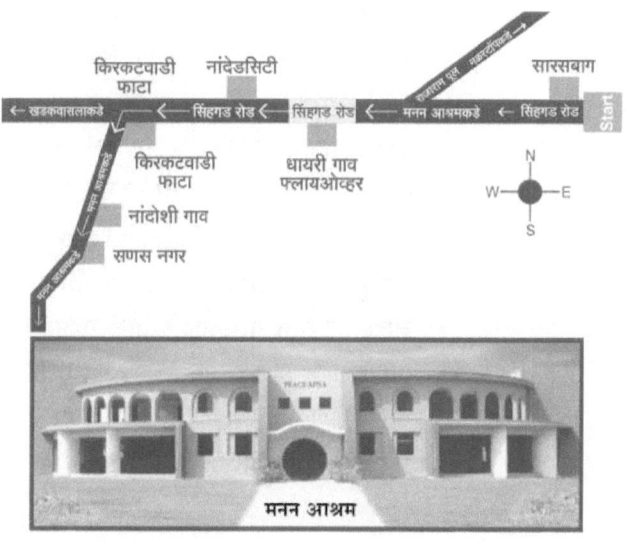

'सरश्रीं'द्वारे रचित इतर पुस्तकं

पृष्ठसंख्या : १६०
मूल्य : ₹ १७५

वर्तमान एक जादू
उज्ज्वल भविष्याची निर्मिती आणि प्रत्येक समस्येवरील उपाय

Also available in Hindi

वर्तमान म्हणजे...

आश्चर्याचं स्थान... आनंदाचा स्रोत... यशाचं रहस्य... उज्ज्वल भविष्याचा पाया... प्रत्येक समस्येवरील उपाय... भूत आणि भविष्य यांपलीकडे असलेली अवस्था... सर्वोच्च शक्यतेचं पहिलं द्वार... निसर्गाने बहाल केलेला सर्वोत्तम उपहार...

तुम्ही जर विचार करत असाल, वर्तमानात इतकी गहनता कशी असू शकेल?' तर निश्चितच तुमच्या प्रत्येक प्रश्नाचं उत्तर या पुस्तकात आहे.

वर्तमानाचा अर्थ आपण जितक्या सखोलतेनं समजून घ्याल, तितका तो अधिकाधिक गहिरा होत जाईल. प्रस्तुत पुस्तकाद्वारे याच गहनतेची ओळख आपल्याला होणार आहे. या क्षणी तुम्ही हे पुस्तक तुमच्या जीवनात आकर्षित केलं आहे, तेव्हा त्याचा संपूर्ण लाभ अवश्य घ्यावा.

सुखी जीवनाचे पासवर्ड

दुःख, अशांती आणि उद्विग्नतेच्या
कैदेतून सुखाला करा मुक्त

Also available in Hindi

पृष्ठसंख्या : १६८
मूल्य : ₹ १६०

मनुष्य स्वतःचं जीवन चुकीच्या सवयी आणि नकारात्मक विचारांमुळे गुंतागुंतीचं आणि बिकट बनवतो. मग बंधनांतून मुक्त होऊन स्वातंत्र्य प्राप्त करणं ही तर त्याच्यासाठी खूपच दूरची गोष्ट ठरते. उलट तो स्वतःच बनवलेल्या दुःखरूपी जाळ्यात जीवन जगायला विवश होतो. शांती आणि संतुष्टी यांच्यापासून तो दुरावला जातो. याउलट मनुष्य जेव्हा सुखी जीवनाची सूत्रं, पासवर्ड समजून घेतो, तेव्हा तो खऱ्या अर्थानं सुखी आणि संपन्न जीवनाचं महाद्वार उघडतो.

प्रस्तुत पुस्तकात सुखी जीवनाचे आठ पासवर्ड दिले आहेत. त्यांच्या साहाय्याने आपण दुःख आणि अशांतीचं लॉकर खोलू शकाल. वरवर पाहिलं तर हे आठ पासवर्ड तुम्हाला अगदी सामान्य वाटतील. परंतु दैनंदिन जीवनात यांचा उपयोग केला, तर शांती आणि संतुष्टी यांचा तुमच्यावर वर्षाव होईल.

जीवनाची 5 महान रहस्यं

प्रेम, आनंद, मौन, समृद्धी आणि परमेश्वर प्राप्तीचा मार्ग

Also available in Hindi

पृष्ठसंख्या : १६०
मूल्य : ₹ १६०

शारीरिक, मानसिक, आर्थिक, सामाजिक आणि आध्यात्मिक अशा जीवनाच्या पाच महत्त्वपूर्ण भागांचा विकास करण्यासाठी मार्गदर्शन मिळू शकेल अशा एखाद्या पुस्तकाच्या प्रतीक्षेत आपण आहात का? पंचकल्याणाचा मार्ग आपल्याला हवाय का?

या पुस्तकाद्वारे आपण जाणाल- *कधीही न बदलणारा सृष्टीचा महानियम *समस्यांचं निराकरण करण्याच्या उत्तम पद्धती *प्रेम आणि समृद्धी प्राप्त करण्याची योग्य पद्धत *भूत आणि भविष्य यांतून मुक्तीचा योग्य मार्ग *ध्यानाची डिक्शनरी *आपल्या खऱ्या अस्तित्वाची प्रचिती

वरील सर्व मुद्दे यातील पाच रहस्यांद्वारे आपल्यासमोर उलगडत जातील. प्रस्तुत पुस्तकातील प्रत्येक रहस्यं जसजसं उलगडत जाईल, तसतसं आपलं जीवन सर्वोत्कृष्ट होत जाईल.

* तेजज्ञान इंटरनेट रेडिओ *

तेजज्ञान इंटरनेट रेडिओद्वारे २४ तास ३६५ दिवस, सरश्रींच्या प्रवचन आणि भजनांचा लाभ घ्या. त्यासाठी पाहा लिंक-
http://www.tejgyan.org/internetradio.aspx

विविध भारती F.M. वर दर रविवारी
सकाळी १०:०५ ते १०:१५ वा.

नोट : *या कार्यक्रमांच्या वेळेत बदल झाल्यास नोंद ठेवावी.*

www.youtube.com/tejgyan च्या साहाय्यानेदेखील
सरश्रींच्या प्रवचनांचा लाभ घेऊ शकता.
For online shoping visit us - www.tejgyan.org,
www.gethappythoughts.org

आपणास हवी असलेली पुस्तकं घरपोच मिळण्यासाठी मनीऑर्डर पाठवा.
ही पुस्तकं आमच्या खर्चाने रजिस्टर्ड पोस्ट, कुरिअर आणि व्ही.पी.पी.द्वारे पाठवली जातील. त्यासाठी खालील पत्त्यावर संपर्क साधावा.

वॉव पब्लिशिंग्ज् प्रा. लि.

*रजिस्टर्ड ऑफिस : E-4, वैभव नगर, तपोवनमंदिराजवळ, पिंपरी, पुणे -४११०१७

* पोस्ट बॉक्स नं. ३६, पिंपरी कॉलनी, पोस्ट ऑफिस, पिंपरी-पुणे - ४११०१७

फोन नं. : 09011013210 / 9623457873

आपण पुस्तकांची ऑर्डर ऑनलाईनही देऊ शकता.

लॉग इन करा - www.gethappythoughts.org

३०० रुपयांहून अधिक किमतीची पुस्तकं मागवल्यास १०% सूट मिळेल आणि डिलिव्हरी फ्री.

तेजज्ञान फाउंडेशनच्या मुख्य शाखा

पुणे : (रजिस्टर्ड ऑफिस)
विक्रांत कॉम्प्लेक्स, तपोवन मंदिराजवळ, पिंपरी,
पुणे : ४११ ०१७. फोन : (०२०) २७४१२५७६, २७४११२४०

मनन आश्रम :
सर्व्हे नं. ४३, सणस नगर, नांदोशी गांव, किरकटवाडी फाटा,
तालुका : हवेली, जि. पुणे: ४११ ०२४.
फोन : ०९९२१००८०६०

e-books
The Source • Complete Meditation • Ultimate Purpose of Success • Enlightenment I Inner Magic • Celebrating Relationships • Essence of Devotion • Master of Siddhartha • Self Encounter and many more.
Also available in Hindi at gethappythoughts.org

Free apps
U R Meditation & Tejgyan Internet Radio on all platforms like Android, iPhone, iPad and Amazon

e-magazines
'Yogya Aarogya' & 'Drushtilakshya'

emagazines available on www.magzter.com

e-mail
mail@tejgyan.com

Website
www.tejgyan.org, www.gethappythoughts.org

हे पुस्तक वाचल्यानंतर आपला अभिप्राय कृपया या पत्त्यावर अवश्य पाठवा.
Tej Gyan Global Foundation, Pimpri Colony Post Office, P.O.Box 25, Pune-411017. Maharashtra (India).

www.ingramcontent.com/pod-product-compliance
Lightning Source LLC
LaVergne TN
LVHW041841070526
838199LV00045BA/1375
* 9 7 8 9 3 8 7 6 9 6 5 2 5 *